பெருந்தக்க யாவுள

தேர்வும் தொகுப்பும்
மொழிபெயர்ப்பும்
தாரா கணேசன்

டிஸ்கவரி பப்ளிகேஷன்ஸ்
எண்: 9, பிளாட் எண்: 1080A, ரோஹிணி பிளாட்ஸ்
முனுசாமி சாலை, கே.கே.நகர் மேற்கு,
சென்னை - 600 078. பேச: 99404 46650

வெளியீட்டு எண்: 0274

பெருந்தக்க யாவுள

தொகுப்பாசிரியர்: தாரா கணேசன்©

PERUNTHAKKA YAAVULA

Compiled : **Thara Ganesan**©

Print in India

1st Edition: March - 2024

ISBN: 978-93-95285-80-3

Pages - 172

Publisher • Sales Rights

Discovery Publications
No. 9, Plot,1080A, Rohini Flats,
Munusamy Salai,
K.K.Nagar West, Chennai - 78.
Tamilnadu, India.
Mobile: +91 99404 46650

Discovery Book Palace (P) Ltd
No. 1055-B, Munusamy Salai,
K.K.Nagar West,
Chennai-600 078.
Ph: (044) 4855 7525
Mobile: +91 87545 07070

discoverybookpalace@gmail.com / www.discoverybookpalace.com

இந்த நூலில் பிரசுரமாகியுள்ள எந்த ஒரு பகுதியையும் எழுத்துபூர்வமான முன்அனுமதி பெறாமல் எடுத்தாள்வதோ, மறுபிரசுரம் செய்வதோ, மொழியாக்கம் செய்வதோ, ஊடகங்களில் மறுபதிப்புச் செய்வதோ, காப்புரிமைச் சட்டப்படி தடை செய்யப்பட்டுள்ளது. இந்த நூலிலிருந்து சில பகுதிகளை மேற்கோள்காட்டி நூல்அறிமுகம் செய்யலாம்.

உங்கள் மொபைல் போனிலிருந்து ஸ்கேன் செய்து 'டிஸ்கவரி புக் பேலஸ்' மொபைல் ஆப்பை டவுன்லோடு செய்து, புத்தகங்களை வாங்குங்கள்.

மிகுந்த அன்புடன்
ஓவியர் R.B. பாஸ்கரனுக்கு

நன்றி

அ. வெண்ணிலா | மாலதி மைத்ரி | சுகிர்தராணி | பெருந்தேவி
லீனா மணிமேகலை | சம்யுக்தா மாயா | சக்தி ஜோதி
மோனிகா

உயிரெழுத்து | உயிர்மை | தீராநதி | கணையாழி | அகநாழிகை
யாவரும்.காம் | மணல்வீடு | தமிழ்வெளி

அய்யப்ப மாதவன் | யவனிகா ஸ்ரீராம் | நேசமித்ரன்
சம்யுக்தா மாயா | நரன் | லார்க் பாஸ்கரன் | சண்முக சுந்தரம்

ஓவியர்கள்: திரு விஸ்வம் | திரு இளங்கோ
சிற்பிகள்: தட்சிணாமூர்த்தி | ஸ்ரீனிவாசன்

என் கலை இலக்கியப்பயணத்திற்கு எப்போதும் உறுதுணையாகவும் பின்புலமாகவும் இருக்கும் கணேசனுக்கும், மற்றும் என் கலையார்வத்தை தன்னகத்தில் கொண்டு பிஞ்சு விரல்களில் தூரிகை ஏந்தும் லக்ஷணாவிற்கும் பேரன்பும் பிரியமும்

ஆசிரியர் குறிப்பு

கடந்த பதினைந்து வருடங்களாகத் தமிழ்க் கவிதை உலகில் சிறந்த கவிஞராக அறியப்பட்ட தாரா கணேசன், இதுவரை உள்ளங்கள் தீப்பிடித்தால், கூழாங்கற்கள், ஒளிரும் நீரூற்று, ருதுவனம், ஏற்கனவே இறந்திருந்தேன் எனும் ஐந்து கவிதைத்தொகுதிகளையும், உலகின் மிக முக்கியமான கவிஞர்களான எமிலி டிக்கின்ஸன், சில்வியா பிளாத், விஸ்லாவா ஸிம்போர்ஸ்கா, கமலா தாஸ், பாப்லோ நெருடா, ஆக்டேவியா பாஸ், சார்லஸ் பூக்கோவிஸ்கி போன்றவர்களின் கவிதைகளையும் மொழி பெயர்த்திருக்கிறார். சமீபத்தில் கிரேட் லேக்ஸ் கல்லூரியின் தலைவரான திரு. பாலா பாலச்சந்தர் அவர்களின் வாழ்க்கை வரலாற்றினையும் தமிழில் மொழிபெயர்த்திருக்கிறார். இவரது கவிதைகள் ஆங்கிலம், பிரஞ்சு, ஜெர்மன், மலையாளம், கன்னடம், தெலுங்கு, ஹிந்தி, உருது போன்ற மொழிகளில் மொழியாக்கம் செய்யப்பட்டிருக்கின்றன. கவிதைகளின் மீது தீராப்பிரியமும் சக கவிஞர்களின் மீது மிகுந்த நேசமும் மிக்க இவர் ஐ.ஐ.டி - சென்னை கல்வி நிறுவனத்தில் உயர்பதவியும் வகித்தவர் என்பது குறிப்பிடத்தக்கது.

பன்முகத் திறமையாளரான இவர் கவிதையிலிருந்து ஓவியத்திற்கும் ஓவியத்திலிருந்து சிற்பத்திற்கும் பயணித்த சிறப்பிற் குரியவர். கடந்த பத்து ஆண்டுகளாகத் தொடர்ந்து ஓவியத் தளத்தில் பயணித்து, 'அப்ஸ்ட்ராக்ட்' எனும் அரூப ஓவியத் தளத்தில் தொடர்ந்து இயங்கி, தனக்கென ஒரு தனி இடத்தைத் தக்க வைத்துக்கொண்டிருப்பவர். இந்தியாவிலும் மற்றும் வெளி நாடுகளிலும் தனது ஓவியக் கண்காட்சியினை நடத்தியிருப்பவர். இவரது ஓவியங்கள் இந்தியா மற்றும் வெளிநாடுகளின் ஓவியக் கூடங்களிலும், பெருநிறுவனங்களிலும் மற்றும் ஓவியம் சேகரிப்பவர்களிடமும் இடம் பெற்றுள்ளன.

இருமொழிக் கவிஞர், மொழிபெயர்ப்பாளர், கட்டுரையாளர், விமர்சகர், ஓவியர், சிற்பி, என்று பல தளங்களில் தொடர்ந்து இயங்கித் தனக்கென ஓர் முத்திரை பதித்திருக்கும் இவர் பல

ஓவியர்களை ஒருங்கிணைத்து ஓவியக்கண்காட்சிகளையும் *(curated)* நடத்தியுள்ளார். தொடர்ந்து கடந்த ஐந்து வருடங்களாக உலகப் பெண்கள் தினத்தன்று ஏதேனும் ஒரு கருத்தை மையமாக்கிப் பெண் ஓவியர்களை ஒருங்கிணைத்து ஓவியக் கண்காட்சி நடத்திவருகிறார். *Gossomar Wings*, *Abracadabra*, மற்றும் *Conceptualists* போன்ற பெண்கள் சார்ந்த கருத்துகளை மையமாக்கிய கண்காட்சிகளை நிகழ்த்தியுள்ளார்.

2015ம் வருடம் மார்ச் மாதத்தில் உலகப் பெண்கள் தினத்தன்று Conceptualists எனும் கண்காட்சியை ஒருங்கிணைத்து சென்னை லலித்கலா அகாதமியில் நடத்தினார். இக்கண்காட்சியின் முக்கியமான அம்சம் எதுவெனில் இலக்கியம் மற்றும் ஓவியத்தை அவர் ஒருங்கிணைத்தது தான். வெகுநாளாகவே இவரது கனவாக இருந்த எண்ணம் இந்நிகழ்வில் நிறைவேறியது. இந்தக் கண்காட்சியில் 22 பெண் ஓவியர்களை அழைத்து ஓவியம், சிற்பம், செராமிக், புகைப்படம், மற்றும் கவிதை போன்ற அனைத்துத் திறமைகளையும் ஒன்று சேர்த்து மிகவும் குறிப்பிடத்தக்க வகையில் கண்காட்சியினை ஒருங்கமைத்தார்.

இக்கண்காட்சியில் தாரா கணேசன், சிந்தியா பிரபாகர், லதா சிவகுமார், ஸ்வர்ணலதா, ஸ்நேகா அம்பாரே, அனுராதா, அனுரா, ஸ்வப்னா ரெட்டி, வித்யா சுந்தர், சாரதா, கமலா ரவிகுமார், கல்பனா யுவராஜ், சாந்தி, பூர்ணிமா சிவராமன், ரம்யா சதாசிவம், மோனிகா அக்னிஹோத்ரி, சுப்ரியா மேனன், காயத்ரி, ஸ்ரீதளாதாவி, உமா கிருஷ்ணமூர்த்தி போன்ற பெண் ஓவியர்களை இந்தியாவின் பல பகுதிகளில் இருந்தும் கலந்துகொள்ள அழைத்துச் சிறப்பித்தார்.

அது மட்டுமன்றி 35 மிக முக்கியமான தமிழ் பெண் கவிஞர்கள், நோபல் கவிஞர்கள் மற்றும் கேரளாவின் முக்கிய கவிஞரான கமலா தாஸ் போன்றவர்களின் கவிதைகளை ஓவியங் களின் இடையே காட்சிக்கு வைத்து இந்நிகழ்வைச் சிறப்பாக நடத்தினார். முதல் முறையாக லலித் கலா அகாடமி சென்னையின் கண்காட்சிக்கூடத்தின் சுவர்கள் கவிதைகளையும் ஓவியங்களையும் ஒன்றாகப் பிரதிபலித்தன. அந்நிய நாட்டின் கவிஞர்களது கவிதைகளை தாரா கணேசன் மொழிபெயர்த்து அளித்தது இந்த நிகழ்வின் கூடுதல் சிறப்பாகும். இந்தக் கண்காட்சியில் அவரது ஓவியங்களும் டெரகோட்டா சிற்பங்களும் இடம் பெற்றன. இதன் சிறப்பம்சம் என்னவெனில் அவர் இக்கண்காட்சியினை 500க்கும் மேற்பட்ட சிறுகதைகளையும் அற்புதமான ஓவியங்களைத் தீட்டிய பெருமைக்குரிய எழுத்தாளரும் ஓவியருமான சூளாமணி அவர்களுக்கு சமர்ப்பணம் செய்திருந்தது தான்.

மேலும் இந்நிகழ்ச்சியில் கவிஞர் ரோஹிணி, மனுஷி பாரதி, லிவிங் ஸ்மைல், தாரா கணேசன், லீனா மணிமேகலை, அய்யப்ப மாதவன் போன்றவர்களின் கவிதை வாசிப்பும் அவரால் ஏற்பாடு செய்யப்பட்டிருந்தது. அது மட்டுமின்றி கலையின் மிக முக்கிய அம்சமான இசை மற்றும் நடனத்தையும் கூட இந்நிகழ்வில் அவர் ஒருங்கிணைத்தது, தாராவின் அதீதமான கலை ஈடுபாட்டிற்கும் ரசனையினைக்கும் எடுத்துக்காட்டாய் அமைந்திருந்தது. மேலும் இந்தியாவின் தலைசிறந்த ஓவியர்களான சிற்பி தட்சிணாமூர்த்தி, ஓவியர் விஸ்வம், ஓவியர் ஏ.வி. இளங்கோ மற்றும் ஓவியர் செழியன் ஆகியோரை இந்தப் பத்துநாள் கண்காட்சியின் இறுதி நாளன்று நேரடியாக ஓவியங்கள் தீட்டுமாறும் ஏற்பாடு செய்திருந்தார். இந்தக் கண்காட்சியினைத் தமிழ்நாடு இசை மற்றும் கவின்கலை பல்கலைகழகத்தின் துணைவேந்தர் திருமதி வீணை காயத்ரி அவர்கள் துவங்கி வைத்தார்.

இத்தொகுப்பில், *Conceptualists* கண்காட்சியை அலங்கரித்த கவிதைகள் இடம் பெற்றிருக்கின்றன.

பெண் வெளியின் தூரிகைகளும் கவிதைகளும்

நினைவுகளைப் பின்னோக்கிப் பார்த்தால் 2014 ஆம் ஆண்டு கவிஞரும் ஓவியருமாகிய தாரா கணேசன் அவர்களை அவரது கவிதை நூலான "ருது வனம்" தொகுப்பு வெளியீட்டின் போது முதன் முதலாகச் சந்தித்தேன். அதற்கு முன்பு தொலை பேசியில் கவிதைகள் குறித்து இருவரும் பலமுறை பகிர்ந்து கொண்டிருக்கிறோம். குறிப்பாக ஆங்கில மொழியில் உலகமெல்லாம் எழுதிவரும் கவிஞர்களை அல்லது ஆங்கிலத்தில் மொழி பெயர்க்கப்பட்ட பல்வேறு நாட்டு கவிஞர்களை அவர் குன்றாத ஆர்வத்துடன் வாசித்துக் கொண்டிருந்த காலம். அவற்றை என்னுடன் பகிர்ந்து கொள்வதில் மிகுந்த உற்சாகமாக ஒரு வழிகாட்டியாக கூட இருந்தார். அவர் மூலம் உலகில் நான் அறியாத பல்வேறு கவிஞர்களையும் அவர்களது கவிதைகளையும் குறித்த பேச்சு எப்போது தொலைபேசியில் பேசினாலும் அவற்றில் கட்டாயம் இடம் பெறும். அவ்வகையில் நவீன கவிதையில் அவரை ஒரு மொழியின் தீவிரவாதி எனவும் ஓவியத்தில் உருவமற்ற வண்ணங்களின் தரிசனவாதி எனவும் புரிந்து கொள்ள முடிந்தது. கலையின் அற்புதங்களைப் பேசி செல்வதாகத் தொடர்வது என்ற அளவில் அபூர்வமான ஒரு தோழமையாக என்னை எப்போதும் கவிதையில் உற்சாகப்படுத்தும் குரலாக சில நேரம் அனைத்தையும் சீர் செய்யும் எச்சரிக்கையாக தொடர்ந்து தாராவின் நட்பு மிகுகிறது. அன்பும் மிகுதியான நட்பும் ஒருவரின் வாழ்நாளுக்கு கொடுப்பினை யாவது அபூர்வமானதுதான்..

தாரா, அவரது ஓவியங்கள் பலவற்றை எனக்கு அனுப்பி உள்ளார். சிலவற்றை கண்காட்சியில் பார்த்திருக்கிறேன். அவற்றைப் பற்றிய எனது அபிப்பிராயங்களை அவர் எப்போதும் கேட்பதில்லை பிறகு அவர் கவிதைகள் அனைத்தையும் ஏறக்குறைய நான் பலமுறை வாசித்திருந்தேன்.

அவரது கவிதை மொழி இயற்கைக்குள் சுதந்திரமாகப் பறத்தல் எனும் குணங்களைக் கொண்டது. நிபந்தனைகளற்ற ஆதி பெண்ணின் பாவமும் அதற்கிடையே கடல், மழை, மலை,

தாவரங்கள் என பல உயிர்ப்பண்புகளும் அசையும் முடிவற்ற சலனங்களை மொழியாக்கித் தந்தபடியே வாசிப்பவருடன் உரையாடும் தன்மைகளையும் கொண்டது.

ஆன்மீகமும் உடலும் இயற்கை அற்புதங்களும் மனிதப் பருப்பொருளுக்கு அளித்துள்ள மகோனத உணர்வு நிலைகள் மீது தியானத்தைப் போல அவரது கவிதைகள் பரவி செல்வதைக் காண முடியும் .அத்தகைய நனவுலகின் அந்தரங்கம் என்பது இவ்வுலகின் கடமைகளுக்கு பொருத்தப்பாடு அற்றது என்பதால் அதை இயற்கையோடு இனம் காணும் தனிச்சிறப்பான மனநிலை யைத் தூயதாக தக்க வைத்துக் கொள்ளும் அமைப்பாகவும் அவரது கவிதைகள் விருப்ப வேட்கை மிக்க தன்னிலையாகவும் செயல்படுவதைப்பார்க்கமுடிகிறது. இதுவரை ஆறு கவிதைத் தொகுப்புகளை வெளியிட்டுள்ள கவிஞர் தாராகணேசன் தமிழ் நவீன கவிதை உலகில் தவிர்க்க முடியாத ஒரு ஆளுமை ஆவார்.

அந்த வகையில் அவர் 2015 ஆம் வருடம் மார்ச் 8 உலகப் பெண்கள் தினத்தன்று லலித் கலாஅகடமியில் தமிழ் மற்றும் இந்திய மேலும் சில உலகளாவிய பெண் ஆளுமைகளின் ஓவியங்கள் மற்றும் கவிதைகள் பலவற்றையும் ஒருங்கிணைத்து கண்காட்சி ஒன்றை நடத்தினார்.

அதை நினைவுறுத்தும் பொருட்டு அங்கு அவர் காட்சி படுத்திய கவிதைகளை சென்னை டிஸ்கவரி புக் பேலஸின் வாயிலாக இன்று ஒரு அருமையான நூலாக பதிப்பித்துக் கொண்டு வந்திருக்கிகிறார்.

தமிழில் இப்படி ஒரு அரிய புதுமையான முயற்சியை அவர் புதிதாகத் தொடங்கி வைத்துள்ளார். அதற்காக அவருக்கு முதற்கண் என் நல்வாழ்த்துகள்! "என் ஓவியத்திலோ கதிரவன் ஒளி வீசுகிறான் உன் ஓவியத்திலோ வழக்கமான கருமை நிறமும் இருளுமே கலந்துள்ளது. அதற்கு கிழக்கத்திய தத்துவ ஞானிகள் செல்வாக்கே காரணம்" எனும் புகழ்பெற்ற ஓவியப் பார்வையின் வழியே கிழக்கு மேற்கின் கலவையாக இந்நூல் கவிதைகளிலும் ஓவியங்களிலும் ஒரு புதிய கலப்புக் கலாச்சாரத்தை நவீன பண்பாட்டுச்சலனங்களாக ஆக்கி நமது பார்வைக்கு தந்திருப்பதில் தனது முக்கியத்துவத்தை தக்க வைத்துக் கொண்டிருக்கிறது.

உருவமற்ற நவீன ஓவியப் பாணியைக் கைக்கொள்ளும் தாராவின் பலவாறான தூரிகை வீச்சின் வண்ணப்பரப்பு ஓவியங்கள் பலவற்றை நான் பார்த்திருக்கிறேன். அதை நீண்ட நேரம் பார்க்கும் போது அவற்றின் வண்ணங்கள் மற்றும் தூரிகை நுணுக்கங்கள் மெல்ல வெளிப்படுவதை உணர்ந்து இருக்கிறேன் உருவ மைய உடல் வடிவங்களை விட இம்மாதிரியான வண்ணப் பரப்புகளின் மீது கவனம் கொண்டிருக்கும் தாரா இத்தொகுப்பில் உள்ள ஓவியங்களையும் கவிதைகளையும் அங்கனமே இணைத்துப் பார்வையாளர்களுக்கு ஒரு பன்முகத்தன்மையை உருவாக்கித்தந்துள்ளார்.

பல்வேறு ரொமாண்டிசிச பார்வைகளைத் தாண்டி இன்றைய நவீன ஓவியங்கள் மற்றும் கவிதைகள் வெவ்வேறு பரிசோதனை முயற்சிகளைச் செய்துள்ளன. சமகாலத்தின் மீது தனிமனித அல்லது புறவயமான உணர்வுகளின் ஆன்மீக வெளியை அவை தேடுவதாக கூட நாம் இதை வரையறுக்கலாம்.

குறிப்பாக அவற்றில் தன்னிலையைத் தேடும் ஆர்வம் அதிகமாக உள்ளது. அமைப்புகள் நிறுவனங்கள் மற்றும் உலகத்தின் நியம நிட்டைகளைத் தாண்டிய பிரபஞ்ச உறவுகளைத் தனக்குள் இனம் காணுவதாகவும் அவை தோற்றம் கொள்கின்றன. அதுவே கலையின் பரவச வெளியாகவும் உருவெளித் தோற்றங்களுக்கு அப்பால் மிதக்கும் புலன் வேட்கையாகவும் திரிபடைவதைக் காண முடிகிறது.

இதுவரை தமிழில் எழுதி வந்த மிகச் சிறந்த பெண் கவிஞர்களின் கவிதைகளை உள்ளடக்கிய இத்தொகுப்பு கடந்த 20 வருடங்களில் நிகழ்ந்த பாய்ச்சலின் தேர்வாக இருப்பது முக்கியமானது. அந்த வகையில் எழுதப்படாத பெண் வரலாற்றில் இது ஒரு கண்ணியாக தன்னைத் தமிழ் புலத்தில் முன்வைக்கிறது. ஏற்கனவே கூறியது மாதிரி ஓவியங்களும் கவிதைகளும் தமிழ் இந்திய மற்றும் உலக மாதிரிகளில் இருந்து எடுத்தாளப்பட்டிருப்பது கவிதைப்பிரியர்களுக்கு மற்றும் ஓவிய ரசிகர்களுக்குப் படைப்பின் சமகாலத் தன்மையை குறிப்புணர்த்திக் காட்டுவதோடு எழுத்தையும் கோடுகளையும் வண்ணங்களையும் இருண்மைகளையும் அதற்கான மெல்லிய

அரசியலையும் கூட ஒரு கலை மனதிற்கு ஏதுவாக்கித் தந்திருப்பதாக நாம் இந்த தொகுப்பை இங்கு பாராட்டலாம்.

கவிதை வெறும் சொற்களால் ஆனது அல்ல! ஓவியங்களும் வெறும் கோடுகளால் ஆனது அல்ல! மானுடப் பிரக்ஞைக்கும் இயற்கையின் அல்லது பிரபஞ்சத்தின் ஆற்றலுக்கும் உணர்ச்சிகளுக்கும் அறிவுக்கும் இடையே நிகழும் நடக்கும் கால விளையாட்டின் வரலாற்று தொடர்பாடலாகவும் அதைக் கலையெனவும் நாம் நீட்டித்து வருகிறோம்.

அழகியலும் உருவெளியும் வண்ணங்களும் வார்த்தை களுமாய் வந்துள்ள இத்தொகுப்பு நமது உணர்வுகளின் பல வாசல்களைத் திறக்ககூடும்.! வாசகர்களும் பார்வையாளர்களும் தவறவிடாது வாங்கி படிக்க வேண்டிய ஒரு முக்கியமான அருமையான புதிதான நூல்முகம்!

கவிஞர் ஓவியர் - தாரா அவர்களுக்கு வாழ்த்துக்கள்.

யவனிகா ஸ்ரீ ராம்
சின்னாளபட்டி
23-08- 2023

கலையின் அதீதம்

அளப்பரிய அக எழுச்சிகள் தீவிரமானவை. அவற்றின் நுணுக்கமான இழைகள், இந்திய கீழைத்தேய ஓவியங்களில் பஞ்சபூதங்களின் குறியீடாய் அடர்ந்து அமைதியாக மிதக்கின்றன.

பல நேரங்களில், இன்னவென்று சொல்லவியலா ஆர்வத்தின் கிளர்ச்சி கூடி வண்ணக்கார்வைகளாய் எட்டுத்திசைகளிலும் விரை கின்றன.

கலையின் அதீதம், உருவாக்கும் ஒவ்வொரு படைப்பினையும் தியானமாக்குகிறது.

கலைக்கு திட்டவட்டமான வடிவமோ, தோற்றமோ கிடையாது. இது எல்லையற்றது. வேறுவகையான பரிணாமம். என்னைப் பொறுத்தவரை, கலை என்பது ஒரு பரலோகப் புயல், ஒரு மாய சுரங்கம், பால் வீதி, தெய்வீகத்தின் துடிப்பான கதிர்வீச்சு அல்லது அனைத்தின் கலவையான ஏதோ ஒன்று.

எவ்வாறாக இருக்கிறதோ அவ்வாறே ஒவ்வொரு உற்சாகமான கலைஞனாலும் மீண்டும் மீண்டும் வெவ்வேறு பரிமாணத்தில் உருக்கொண்டு, உணர்வுகளின் அநாமதேயத்தின் மூலம் தன்னைத் தானே வகைப்படுத்திகொண்டு வெளிப்படுகிறது.

வேர்ட்ஸ்வொர்த்தின் வார்த்தைகளுக்கு உண்மையாக, கவிதையைப் போலவே, ஓவியமும் சக்தி வாய்ந்த உணர்வுகளின் தன்னிச்சையான பொங்கிவழிதல்; அது தன் உணர்ச்சிகளை அமைதியில் நினைவுகூர்கிறது. தனிமையின் அமைதியைப் போல, உறைநீர்மணியின் கூர்மையுடன் ஆழ்வண்ணங்கள் என்னுள் எப்பொழுதும் ஊடுருவிய வண்ணம் இருக்கின்றன.

மௌனத்தின் பரப்பில் அவை நிறப்பிரிகை நிகழ்த்துகின்றன. உறைபனிப்படலத்தின் வழியே ஒலிக்கும் சங்கின் தெய்வீக எதிரொலியைப் போல ஆன்மாவைத் துளைக்கின்றன.

எனது கலை வெளிப்பாடுகளின் சக்தியைத் தீர்மானிப்பது அடர்ந்த உணர்வுகளின் எந்தப்புள்ளி என்று நான் அறியாதிருக் கிறேன். வண்ணங்களின் விசித்திரமான மொழியின் மூலம் எனது ஓவியங்களில் ஆன்மாவின் இசையை மொழிபெயர்த்தபடியே இருக்கிறேன்.

எப்போதும் உருவத்திற்கு அப்பாற்பட்ட பாதையில் பயணிக்க விரும்புகிறேன், அரூபமே என்னை ஆட்கொள்கிறது, ஏனெனில் அரூபம் தவிர வேறு எந்த கலை வடிவமும் என்னை ஈர்ப்பதில்லை.

அரூபவாத வெளிப்பாடுகள், உள்ளூரும் ஆற்றல் மற்றும் கவிதை அனைத்துமே யாழின் இசையாகி, மனதின் தீவிரக் கொந்தளிப்பு மற்றும் அமைதியின் பல நிலைகளை எதிரொலிக் கின்றது.

ஒரு கவிதையில் இழையும் கலை மனம் பிரபஞ்சத்தின் வழியே முடிவற்ற பயணத்தைத் தொடர்கிறது, இப்படித்தான் என் உடலை சமன் செய்கிறேன். இறுதியில், எனது கலைப் படைப்புகள் பஞ்சபூதங்களின் தாளத்திற்கு இசைந்து அவை ஒரு பாடல், நடனம், கவிதை அல்லது ஓவியம் எனும் வடிவங்களாகின்றன.

மிகுந்த அன்புடன்
தாரா கணேசன்

உள்ளே

ஆர். சூடாமணி – ஒரு அரிய வாழ்க்கையின்
எளிய அழகு இலக்கணம் 18
மோனிகா (கட்டுரை)
கூத்து 24
மோனிகா (கவிதை)
அம்பா 26
தாரா கணேசன் (கவிதை)
கடவுளும் சாத்தானும் 29
அ. வெண்ணிலா (கவிதை)
வீடுகளால் ஆன இனம் 30
மாலதி மைத்ரி (கவிதை)
அப்பாவின் கல்லறை 31
சுகிர்தராணி (கவிதை)
வரையறைகளை எழுதுதல் 32
பெருந்தேவி (கவிதை)
ஹிமாச்சலில் தாரா கணேசனுக்கு எழுதியது.... 34
சம்யுக்தா மாயா (கவிதை)
லீனா மணிமேகலை 35
கானகத்தின் நடுவே 36
சக்தி ஜோதி (கவிதை)
மொழிபெயர்ப்பு கவிதைகள் தாரா கணேசன்
விஸ்லாவா சிம்போர்ஸ்கா 38
உயிர் குறித்து ஒரு சில வார்த்தைகள் 41
பாலியல் இலக்கியம் பற்றி ஓர் அபிப்ராயம் 44
ஜாஸ்லோவில் ஒரு பட்டினி முகாம் 46
டேம் கரோல் ஆன் டஃபி 48
திருமதி. லாஸரஸ் 51
கேப்ரியேலா மிஸ்ட்ரல் 54
இல்லை, மறுபடி ஒருபோதும் இல்லை 57
வார்சன் ஷைர் 59
நமது நீல உடல்கள் 62
அழகிலி 63
சில்வியா பிளாத் 65
மேலான உயிர்த்தெழுதல் 69

கண்ணாடி	70
பைத்தியக்காரப்பெண்ணின் காதல் பாடல்	72
கமலா தாஸ்	**74**
நிலைக்கண்ணாடி	77
கற்காலம்	79
மாயா ஏஞ்சலோ	**81**
கூண்டுப்பறவை பாடுவதேனென எனக்குத் தெரியும்	84
ஆண்கள்	86

ஆங்கிலக்கவிதைகள்

Sylvia Plath	**88**
Sylvia Plath Poems	90
Loneliness of the Soul Extracts from	92
Jilted	99
Wisława Szymborska	**94**
Consolation	96
Gwendolyn Brooks	**98**
An Aspect of Love, Alive in the Ice and Fire	100
My Dreams, My Works, Must Wait Till After Hell	100
Maya Angelou	102
CAGED BIRD	104
Emily Dickinson	**106**
Come slowly – Eden	108
Because I could not stop for Death	109
Adrienne Rich	**110**
Twenty-One Love Poems [Poem II]	112
Twenty-One Love Poems (The Floating Poem, Unnumbered)	113
Carol Ann Duffy	**114**
Not A Red Rose Or A Satin Heart	116
Words, Wide Night	117
Rupi Kaur	**118**
I Am Water	120
I Sit On A Chair That Isn't Mine	121
Most Importantly Love	122
Nature As Metaphor *(Dr. Ashrafi S. Bhagat)*	125
கவிதையிலிருந்து ஓவியத்திற்கு...	132
ஓவியங்கள்	135

தாரா கணேசன் | 17

ஆர். சூடாமணி – ஒரு அரிய வாழ்க்கையின் எளிய அழகு இலக்கணம்

- மோனிகா

மனித மனதின் கற்பனைகளின் ஒரு மொழியாக/ கருவியாக செயல்படுவன ஓவியம், எழுத்து போன்ற கலைகள். ஒரு குறிப்பிட்ட துறையில் மட்டுமே ஆழமான பயிற்சி பெறுவதும் மற்ற துறைகளைப் பற்றிய அடிப்படை அறிவு சிறிதும் இல்லாமலிருப்பதென்பது நவீன வாழ்க்கை முறையின் ஒரு பண்பாக மாறிவிட்டதெனக் கூறாலாம். மேற்கத்திய கல்விப்புலமே இதற்கு காரணம் என்று நாம் கூறினும் அந்த மேற்கிலும் கூட லியனார்டோ டாவின்ஸி, வில்லியம் ப்லேக் போன்ற ஓவியர்கள், விஞ்ஞானத்திலும் எழுத்துலகிலும் சிறந்தவர்களாய் இருந்து வந்துள்ளனர். உலகைப் பற்றி பரந்துபட்ட ஒரு விசாலப் பார்வை ஏற்படுவதற்கு பல்வேறு விஷயங்களை நாடிச் செல்வதற்கான ஆர்வம் ஒரு சிலருக்கு மட்டுமே ஏற்படுகிறது. கல்விப் புலத்திற்கோ, தொழில் நிமித்தமாகவோ அல்லாமல் தனது சுயத்தின் ஒரு தேடலாக தனி மனித வாதைக்கு ஒரு மருந்தாக அழகியலையும் எழுத்துலகையும் நோக்கி தஞ்சம் புகுந்தோர் ஏராளம். அவர்களில் கடந்த ஆண்டு மறைந்த ஆர். சூடாமணியும் ஒருவர்.

கடந்த ஜனவரி மாதம் சூடாமணி அவர்களின் மறைவிற்குப் பிறகு அவரது ஓவியப் புத்தகங்களைப் பார்ப்பதற்காக அவரது இல்லத்திற்கு செல்ல நேரிட்டது. வாயிலில் நெடிதுயர்ந்து வளர்ந்திருந்த நாகலிங்க மரம், உதிர்ந்து விழுந்த காரை கூட பூசப்படாத சுவர்கள், இருபதாம் நூற்றாண்டின் நடுப்பகுதியைச்

சார்ந்த நாற்காலி மேசைகள் அந்த காலத்து தொலைக்காட்சி பெட்டி என்று எளிமையே வடிவாகக் காட்சி தந்தது அந்த வீடு. அப்படி ஒரு வீட்டில் வாழ்ந்து வந்த ஒரு பெண்ணின் கதையும், வாழ்க்கையும் எனது மனதைப் புரட்டிப் போடவே அவற்றை ஆவணப்படுத்த வேண்டும் என்ற ஒரு விருப்பம் எனக்கு ஏற்பட்டது.

தனது எண்பதாவது வயதிற்குள் கிட்டத்தட்ட ஐநூறு புதினங்களை எழுதிய சூடாமணி அவர்களின் முதல் கதை 1954ல் காவேரி என்ற பெயரில் பிரசுரிக்கப்பட்டது. உடல் நிலை சரியில்லாத காரணத்தினால் வெளியே எங்கும் அதிகம் செல்ல முடியாமல் நேர்ந்த நிலையில் சூடாமணி வீட்டிற்குள்ளேயே தனது பெரும்பாலான வாழ்க்கையைக் கழிக்க நேர்ந்தது. சாதாரணமாக அப்படி வாழ நேர்ந்த ஒருவர் தனது நேரத்தை சொகுசாக தொலைக்காட்சி ஸீரியல்கள் பார்ப்பதிலும் தொலைபேசியில் மணிக்கணக்கில் பேசுவதிலும் கழித்திருந்தால் அவர்களைப் பற்றி குறை சொல்வதற்கில்லை. அப்படி தனது நேரத்தைக் கழிக்காமல் தனது வாழ்க்கையையே ஒரு தவமாகக் கருதி வாழ்ந்தவர் ஆர். சூடாமணி. வீடெங்கிலும் புத்தக அலமாரிகள் மூன்றாமுலகப் பெண்ணிய இயக்கம் பற்றிய புத்தகங்களிலிருந்து கார்ல் மார்க்ஸ் வரை, மேற்கத்தைய தத்துவங்களிலிருந்து குறுந்தொகை போன்ற நூல்கள் வரை பற்பல நூல்களை படித்ததோடல்லாமல் அவற்றைப் பற்றிய கருத்துக்களை நோட்டுப் புத்தகங்களில் எழுதியும் வைத்திருந்தார் ஆர்.சூடாமணி. அதைத் தவிரவும் ஆங்கிலத்தில் கதைகளும் கவிதைகளும் எழுதுவதையும் அவர் தனது பழக்கமாக வைத்திருந்தார்.

ஒரு ஐம்பத்து மூன்று ஆண்டுகளில் 500 க்கும் மேற்பட்ட புதினங்களை எழுதிய அவர் ஓவியத்திலும் சிறந்து விளங்கியிருக்கிறார் என்பது பலரும் அறியாத உண்மை. ஒரு ஏகலைவன்போல் தானாகவே ஓவியம் கற்றுக் கொண்டவர் சூடாமணி. அவரிடம் ஐரோப்பிய இம்பிரசனிஷ ஓவியப் புத்தகங்கள் நிறைய இருந்தன, வங்காள ஓவியப் பள்ளியைச் சார்ந்த அபனீந்திரநாத் ராய் சௌத்ரி ஆகியோரின் ஓவியப் பிரதிகளைப் போல பல்வேறு அச்சுப் பிரதிகள் முப்பதுகளிலிருந்து அறுபதுகள்

வரையிலான பத்திரிக்கைகளிலிருந்து வெட்டி எடுக்கப் பட்டு நோட்டுப் புத்தக வடிவில் சேகரிக்கப்பட்டிருந்தன. ஒரு எழுத்தாளராக ரவிவர்மாவின் லித்தோகிராப் பிரதிகள் சிலவற்றைச் சேமித்ததுடன் அல்லாமல் இலக்கியங்களிலிருந்து மேற்கோள் காட்டிய சம்பவங்களைக் குறித்து வரைவதில் மிகவும் ஆர்வம் காட்டி வந்தார் அவர்.

வங்காள ஓவியங்களில் தென்படும் இருண்ட ஒரு இரவின் நடுவே ஒளிக்கீற்றுகளின் விளையாடல் சூடாமணியை ஆர்வமூட்டக் கூடியதாக இருந்தது. குவாஷ் எனப்படும் நீர்வர்ணமும் பசையும் கலந்த ஒரு வகை மீடியம் அந்த வெளிப் பாட்டிற்கு உகந்ததாக இருந்தது. அதைத் தவிரவும் நீர் வர்ணத்தைக் கொண்டே மிகவும் அடர்த்தியான ஒரு படலங்களை உருவாக்கு வதில் ஒரு வகைத் தேர்ச்சி பெற்றிருந்தார் சூடாமணி என்று சொன்னால் மிகையாகாது. இலக்கியக்காட்சிகளைத் தவிர்த்து இயற்கைக் காட்சிகளை வரைவதில் மிகவும் ஆர்வம் காட்டிய அவர் அவற்றை வரைகையில் இம்பிரஷனிஸம் முதல் ஜப்பானிய மினியேச்சர் ஓவியங்கள் வரை பல்வேறு பாணிகளையும் ஒரு பரீட்சார்த்த முறையில் கையாண்டார். பசுமையான மரம் செடிகளையும், இரவின் ஒளியில் குளிக்கும் நீர் நிலைகளையும் அந்த நீர் நிலைகளின் கரைகளில் வாழும் மனித இனத்தையும் கோடிட்டுக் காட்டும் அவரது ஓவியங்கள் வாழ்க்கையின்பால் அவருக்கிருந்த ஒரு நம்பிக்கையையும் பற்றுதலையும் பறைசாற்றுவன. இந்த நம்பிக்கைகள் அவரது கதைகளின் வரிகளினூடேயும் ஊடாடி வருவன. "வசந்தம்" என்னும் கதையில் வயது முதிர்ந்த ஒருவரின் வாழ்க்கையைப் பற்றிய ஒரு கதையில் தள்ளாடித் திரியும் தனது வாழ்க்கையின் ஒரு காலகட்டத்தில் அம்மூதாட்டி தனது உதவிக்கு வரும் வயதானவர்களைக் காட்டிலும் இளம் பெண்களைக் கண்டு மகிழ்ச்சியடைகிறாள். காலை நேரத்தில் அவளது வீட்டிற்கருகே அன்றலர்ந்த பூக்களைப் போல சீருடையுடன் செல்லும் சிறுவர்களைப் பார்த்து வாழ்க்கையின்பால் அது தனக்கு நம்பிக்கை அளிப்பதாகச் சிலாகித்துக் கொள்கிறாள்.

பெண்களைக் குறித்த சூடாமணியின் எழுத்துக்களுக்கும் அவரது ஓவியங்களுக்கும் ஒரு ஒற்றுமை உண்டு. "மலையின்

ஆன்மா" *(Spirit of the mountain)* என்ற ஒரு ஓவியத்தில் மலைச் சாரலுக்கு நடுவே ஒரு பெண்ணின் உருவம் அறைகுறையாக பொதிந்து கிடப்பதைப் போல வரைகிறார். பெண் மலைகளைப் போல உறுதி படைத்தவள் என்பதா அதன் கருத்து? மலையின் ஆன்மாவிற்கும் ஒரு பெண்ணின் மனதிற்கும் பொதுவான ஒன்று எது? அது இயற்கையின் அழிக்கமுடியாத ஒரு ஆற்றல் என்று கூறிக் கொள்ளலாமா? இவ்வாறு பல்வேறு கேள்விகளை நோக்கி நகர்த்துகிறது அந்த ஓவியம்.

இது அவரது எழுத்துக்களிலும் நாம் பார்க்கக்கூடிய ஒன்று. அவரது கதைகளில் வரும் பெண்களைப் பற்றிய சித்திரங் களில் பெண்கள் மிகவும் சக்தி படைத்த ஒரு தத்துவத் தேடலுடையவர்களாக அதே நேரம் சமூகத்தால் ஒரு சரியான புரிதலுக்குள் வர முடியாதவர்களாக படைக்கப் பெறுகிறார்கள். அவர்களுடைய இருப்பு மற்றவர்களின் வாக்குமூலங்கள் மற்றும் உரையாடல்கள் மூலம் வெளிப்படும் ஒன்றாக இருக்கிறது. ஜே.கிருஷ்ணமூர்த்தியின் தத்துவ வியாக்கியானங்களைப் போன்றே வாசகர்களிடம் யூகிப்பை விட்டுவிடுவதாக இவரது கதைகளும் அமைந்து போகிறது.

ஆர். சூடாமணியின் பெரும்பாலான ஓவியங்கள் 1955 லிருந்து 1964 வரை படைக்கப்பட்டவை. இந்த காலகட்டத்தில் ஓவியர்களுக்கு இயற்கையின்பால் ஒரு பெரும் ஈர்ப்பு இருந்துவந்தது. அதற்கு மிகச் சரியான உதாரணம் நிக்கோலஸ் ரோரிச் என்னும் ரஷ்ய ஓவியர். ரோரிச்சின் ஓவியங்கள் மனிதனுக்கும் இயற்கைக்குமான ஒருவகையான உரையாடலைத் தொடங்கி வைக்கக் கூடியது. வானுயர்ந்து நிற்கும் அம்மலைகளை நோக்குகையில் மனிதனுக்கு அவனது இருப்பைக் குறித்த ஒரு பிரஞ்ஞை ஏற்படுகிறது. நமது கோயில்களும்கூட மலைகளின் அடிவாரத்திலும் இயற்கைக்கு அருகாமையிலும் அமைக்கப் பெறுவதற்கு அதனை ஒரு காரணமாகக் கூறலாம். இம்மலைகளுக்கு நடுவே நான் எவ்வளவு சிறியவளாகிப் போகிறேன். இதன் பிரம்மாண்டமான நிரந்தரத்திற்கு நடுவே என் வாழ்க்கை எவ்வளவு தற்காலிகமான ஒன்றாகவும் ஒரு சிறிய ஜீவியுடையதாகவும் ஆகிப்போகிறது என்ற ஒரு கற்பனை நம்மை இருப்பினை குறித்த கேள்விகளை நோக்கி நகர்த்துவன.

ஆர்.சூடாமணியின் ஓவியங்களுக்கும் எழுத்துக்கும் இடையேயான ஒரு நூலான இது என்னை அவரைக் குறித்த ஒரு ஆவணப்படம் எடுக்கத் தூண்டியது. அமைதியே வடிவான அவரது வாழ்க்கையைக் குறித்து ஆவணப்படம் எடுக்கும்போது அதற்கு ஒலி கொடுப்பது ஒரு மிகுந்த சவாலாக மாறிபோனது. அவரை நேரில் காணும் பேறு எனக்கு வாய்க்கவில்லை. அவரது வாழ்க்கையின் ஒருதடயமாக எனக்குக் கிடைக்கப் பெற்றதெல்லாம் அவர் வாழ்ந்த வீடும் அவரது எழுத்துக்களும் அவரது ஓவியப் படைப்பும்தான். அவரது வீட்டினை அடையும்போது அதன் முன்பு நெடிது வளர்ந்திருந்தது ஒரு நாகலிங்க மரம். அவரது வாழ்க்கையுடன் கிட்டத்தட்ட எழுபதாண்டு காலம் தொடர்பு கொண்டது அது. அவரது கதையாகிய "நாகலிங்கமரம்" என்ற கதையை அடிப்படையாகக் கொண்டே எழுத்தாளர் திலீப் குமார் நாகலிங்கமரம் என்று அவரது சிறுகதைத் தொகுப்பிற்கு பெயரிட்டார். உலர்ந்து பட்டுப்போகும் பிறகு திடீரென்று மலர்ந்து கொழிக்கும் அந்த நாகலிங்க மரம் அவரது வாழ்க்கையில் பல்வேறு சிந்தனைகளைத் தூண்டுவதாக இருந்தது. சமீபத்தில் திலீப் குமாருடன் பேசிக் கொண்டிருந்தபோது அதன் இலைகளை அவர் எப்படி ஊனமுற்ற கால்களுக்கு இணையாக கற்பனை செய்து பார்க்கிறார் என்று நினைவு கூறி வியந்தார்.

சூடாமணியின் தாயார் கனகவல்லி தந்து மகளுக்கு ஓவியம் கற்றுக் கொடுக்க வேண்டி தானே ஓவியமும் சிற்பமும் கற்றுக் கொண்டார் என்பது ஒரு மிகப் பெரிய உண்மை. பெரும்பாலும் வீட்டிற்குள்ளேயே இருந்து இயங்கி வந்த அவரும் தந்து களிமண் சிற்பங்களை பிளாஸ்டர் ஆப் பாரிஸில் அச்சு எடுத்து அதன் பின்னர் எனாமல் வர்ணங்கள் கொண்டு அவற்றுக்கு முழுமையளித்தார். வீணை மீட்டும் பெண், பாம்புடன் கூடிய சிவன், தாயும் சேயும் என அவரது சிற்பங்கள் அவரது அன்றாட வாழ்க்கையையும் நம்பிக்கைகளையுமே சார்ந்து இருந்தன. இச் சிற்பங்கள் கிட்டத்தட்ட எண்பதாண்டுகளுக்கும் மேலாக வீட்டிற்குள் வைத்து பராமரிக்கப்பட்டு வந்ததை கண்டபோது நான் ஆச்சரியமடைந்தேன். 1921ம் ஆண்டு சிற்பங்களைப் படைத்த தமிழ் நாட்டைச்சார்ந்த ஒரு பெண் சிற்பியோ 1955ம் ஆண்டு ஓவியங்கள் வரைந்த ஒரு பெண் ஓவியரது படைப்புகளோ

கிடைத்தற்கு மிகவும் அரியவை. அவ்வளவு ஏன்? அவர்களைப் பற்றிய தகவல்கள் கூட நமக்குக் கிடைப்பதில்லை. ஆர். சூடாமணி தன் சக பெண் ஓவியர்களுடன் 1962ம் ஆண்டு ஆந்திர மகிள சபாவில் ஒரு கண்காட்சியில் கலந்து கொண்டிருக்கிறார். பத்துக்கும் மேற்பட்ட ஓவியங்கள் அந்த கன்காட்சியில் வைக்கப் பட்டிருக்கின்றன. கமலாபாய் சட்டோபாத்யாவால் அந்த ஓவியக் கண்காட்சி துவக்கி வைக்கப்பட்டிருக்கிறது. பெண்கள் மட்டுமே கலந்து கொண்ட இந்த ஓவியக் காண்காட்சி நமக்கு அச்சரியத்தைத் தருவதாய் இருக்கிறது. இவர்களை வெளிக் கொண்டுவருவதன் மூலம் அத்தகைய ஒரு இயக்கம் தமிழ்நாட்டில் இருந்ததற்கான ஒரு சரித்திரம் கிடைப்பதுடன் வாழ்க்கையைப் பற்றிய அன்றைய அவர்களது பார்வைகளை ஓவியம் மூலமும் அறியலாம்.

கூத்து

— மோனிகா

இரவின் நிழலைச் சுழற்றி வண்ணம் தோய்த்து
விடிய விடியக் கூத்தாடிக் கொண்டிருந்தனர் அவர்கள்.
நிலத்தின் பாரத்தை நாம் மனத்திலேற்றி
அதனை உரையாடலின் கனத்தால் அழுத்துகையில்
புதைந்து போயின புற்கள் நமது காலின் கீழ்.
கோமாளி காட்டியும் கூத்தாடியும் மயக்குவாரைக் கண்டு
நகைத்தும் தூங்கியும் நேரம் கிடத்தின
கிராமத்துக் குடும்பங்கள்.
நம் தந்தையர் மொழிகள் யாவும் ஆங்கே

வாழ்வினது தார்மீகக் கலவையாய் ஆடித்தீர்க்க
அதிர்ந்து போனாய் நீ.
நிலத்தில் விழும் நீரை காயாமல் இருக்க
கடலில் இட்டுக் கரைக்கலாம் என்றாய் நீ.
உப்பில் கரைந்து உறைவதைக் காட்டிலும்
உன்னதம்
காய்ந்தழிந்து மறைவதென்பேன் நான்.
அக்கடலில் சேறும் ஆறுகளின் ஆரவாரத்தில்
வடிவுபெறும் சில கூழாங்கற்களின்
இருப்பைப் பற்றி பேசிக் கொண்டிருப்பேன் நான்.
உருண்டும், கடந்தும் உருப்பெற்றிருப்பினும்
கூழாங்கற்களின் உபயோகம்தான் என்ன
என்று மாய்வாய் நீ.
கடைசியில்
மரத்தினடியில் அமர்ந்து பாடல்களை

வியந்து கேட்கும் ஒரு சிறுவனின் முகத்தில்
மானுடத்தின் வாழ்வையும் அழிவையும்
பற்றிய கவலைகளை விட்டு விட்டு
விடியற்காலையில் நாம்

பட்டிணம் நோக்கிப் பறக்கையில்
அனுமன் தூதுவிட்டும்
அகலாத பிரச்சினை போக
அறவோன் பலிகொள்ளக் காத்திருப்பான்
களத்தில்.

அம்பா

— தாரா கணேசன்

அடர்ந்த வனமண்டலத்தில்
மெலிந்த தேகத்துடன் கொடும்விலங்கு கொல்ல
அவனோர் சூலமேந்தி நடக்கிறான்
அவனது பாதங்களின் அழுத்தத்தில் நொறுங்கும்
வானளாவிய தேவதாரு மரங்களின் உதிர்ந்த இலைகளின்
சருகோசை எதிரொலிக்கிறது "யும்தங்" பள்ளத்தாக்கில்
சரியும் பசுங்காடுகளிடையே மெலிந்து சிவந்த
குறுங்கால்களுடன் சிறகடிக்கிறது பனிப்புறா
குழலுருஞ்சிகளில் தேன்சுமந்து பறக்கிறது
ஆழ்நீல மலரிலிருந்து ராஜ வண்ணத்துப்பூச்சி
குச்சிக்கால்களின் மகரந்தம் சிதற
மலரிதழ்களின் துளிப்பனி சிலிர்க்கிறது
மடிப்புப் பாறைக்கிடையே மறைந்திருக்கிறது
ஒளிப்புகாக் குகை
காய்ந்த சருகுகளால் அக்கினி மூட்டி
குளிர் துரத்தி அமர்ந்திருக்கிறாள்
அரைவிழி மூடலில் பிறையான விழிகள்
வளைபுருவத்திற்குச் சவாலாயின
ஆழ்ந்த நெடுமூச்சில் புடைத்துயர்ந்தன மார்புகள்
பாறையினோர் துவாரத்தினின்று சீழ்கையுடன்
காற்றிறங்க நடமிட்டது ஜ்வாலை
அவள் ஆழ்தவத்திற்காய் வந்தவளெனக்
வெட்டுக்கிளியொன்று குறிசொல்ல
குகையேறியவன் தயங்கிநின்றான்
வெகுநேரம் அசைவற்று குகைத் திறப்பில் அமர்ந்திருந்தான்

சலனங்கேட்டு விழிதிறந்தான்
மூட்டிய அக்கினியில் சில கனிகளை இட்டு மலர்களைச் சொரிந்தவள்
ஆடைகளைந்து அதனையும் இட்டாள்
ஒருகால் மடக்கி, மடக்கிய பாதம் வளைதொடை பொருத்தி
இருகை மேல்தூக்கி உள்ளங்கையிணைத்து
வான்நோக்கி நின்றாள்
நதியோடி உடைந்த வழுவழுத்த பாறைகளென
திமிரி மேலெழும்பின திரண்ட திரட்சிகள்
உள்ளிழுத்தவனின் மூச்சில் பற்றியது
நடன நெருப்பின் ஓர் துகள்
அசைவற்றிருந்தனர்
அவள் தவத்தில்
அவன் நெருப்பில்
கலைந்தவள் இருபாதம் பூமிபதித்து
இருகரம் மார்பிடை குவித்து
இழுத்து விட்ட நெடுமூச்சில் அணைந்ததவன் நெருப்பு
திரும்பியவள் ஏவாளென அவனெதிர் வந்தாள்
அவனருகே குத்தியிருந்த சூலம் கரமேந்தி நின்றாள்
அடிபணிந்தான்
பசியென்று உடுக்கை வயிற்றை ஆட்காட்டிவிரலால் சுட்டினாள்
அவளேந்திய சூலத்தின் மறுபுறம் பற்றி அழைத்துச்சென்றவன் பாறையிறங்கினான்
சுள்ளிகளால் நெருப்பேற்றினான்
மடியேந்திய கிழங்குகளை கனற்சாம்பலிலிட்டான்
பெரு உருளைக்கிழங்கொன்றை விரல் நகங்கொண்டு கீறி
குழித்துப் பிளந்தான்
தோள்வழிந்த நீண்ட ஆடையின் நுனிமுடிச்சவிழ்த்து
பட்சியொன்றின் முட்டையெடுத்து ஓடுடைத்துக்

கிழங்கின் குழியிலூற்றி பிளந்த சதைக்கதுப்பை மூடியாக்கி
கனலிடை புதைத்தான்
நீண்ட கேசக்கற்றைகளைக் கலைத்தது மூலிகைவனக் காற்று
குழல்வாரி இருமார்பிலிட்டு மறைத்துப் பாறையோரம்
பனிக்காற்றில் உள்ளங்கை தேய்த்து அமர்ந்திருந்தாள்
விரைந்த மேகச்சாரல் கனல் நனைக்க
சுட்ட கிழங்கின் வாசனை நிரம்பியது பள்ளத்தாக்கில்
கிழங்கின் தோலுரித்து மௌனமாய் உணவுண்டு
வழுக்குப் பாறையேறி மறுபுறம் மறைந்தாள்
உறைந்தமர்ந்திருந்தவன் எழுந்தபோது
அவன் மீதுதிர்ந்த தேவதாரு இலைகளில் தீப்பற்றிக்
காடெரிந்தது
அவன் கைகளிலிருந்து உருண்டது அக்கினிக்குஞ்சு

கடவுளும் சாத்தானும்

– அ. வெண்ணிலா

கடவுளும் சாத்தானும்
மனிதர்களுக்கான
ஆடையை நெய்யத் துவங்கினர்

கடவுள்
ஆணுக்கான ஆடையை நெய்தார்
வசதி நம்பிக்கை துரோகம் என
ஆணின் ஆடைகள்
விதவிதமான வரங்களால் கட்டப்பட்டன
சாத்தானுக்கோ
இயலாமை பொங்கியது
பெண்ணுக்கு ஆடை ஏன்
சாயங்களின் நூலெடுத்து
சிக்கல்களாக்கிக் கோர்த்தெடுத்தான்
பெண்
தூக்கிச் சுமக்கும் சமூகமானது ஆடை
ஆடைகளின் ஓரங்களில்
இறுக்கிக் கட்டப்பட்டன
மதமும் கலாச்சாரமும்
இறுக்கம் தாளாமல்
பெண் தன் ஆடைகளை
சரிசெய்து கொள்ளும் போதெல்லாம்
வெகுண்டெழுகின்றன
மதமும் பண்பாடும்
ஆடைகளின் கனம் தாளாமல்
தவிக்கும் பெண்களின் பின்னால்
பலத்து ஒலிக்கிறது
சாத்தானின் சிரிப்பொலி.

வீடுகளால் ஆன இனம்

— மாலதி மைத்ரி

ஊரின் அனைத்து வீடுகளும்
நடப்பட்ட பெண்களென நிற்கின்றன
சாளரங்கள் கண்களாகவும் வாசல் யோனியாகவும்
யாரோ ஒரு ஆணிற்காக
ஆயுள் முழுவதும் காத்துக்கிடக்கின்றன
வயதுக்கேற்றபடி தன் உறவுகளுக்காக
கொலைகாரன் திருடன்
குடிகாரன் துரோகி
மோசடிக்காரன் ஊழல் செய்பவன்
ஏமாற்றுபவன் விபச்சாரகன்
கொடுங்கோலன் காமவெறியன்
சாதிவெறியன் மதவெறியன் இனவெறியன்
இவர்கள் யாரையும் வீடு கைவிடுவதில்லை
அவரவருக்கான வீடு எப்போதும் இருக்கிறது
உடல் தொட்டிலாகவும் மார்பாகவும் இருந்து
உயிரும் உணவும் அளித்து
அரவணைத்துப் பாதுகாக்கப்படும்
ஆண் பந்தங்கள்
ஆண்கள் வீட்டைப் புணர்வதன் மூலம்
பூமியை வளர்க்கிறார்கள்
பெண்களையல்ல
காலத்தை ஆளும் பெண்கள் வீடாவதில்லை.

அப்பாவின் கல்லறை

— சுகிர்தராணி

இளவேனில் கால இராட்டினத்தில்
பயணித்து
அவரது கல்லறையை அடைகின்றேன்
வாடாமல்லிகள் புன்னகைக்கின்றன
உள்வாங்கிய மண்ணை
விலக்கிக்கொண்டு மேலேறி அமர்கிறார்
சொல்லாமல் விட்ட மனவருத்தங்களை
நினைவின் இலையில்
பரிமாறுகின்றேன்
மர வாசனை வீசும் வனவாசியைப் போல்
கவிதைப் பழங்களை
விற்றுத் திரிந்த என்
கன்னத்தில் அறைந்ததற்காய்
அன்பின் களிம்பைப் பூசுகிறார்
நீர்க் கொடிகளிலிருந்து விடுபட்ட
வெற்றுடலைப் போல்
குற்ற உணர்வில் மிதக்கும் அவருக்கு
என் பாடலின் வரிகளை
இசைத்துக் காட்டுகிறேன்
அவர் கண்களில் நீர் துளிர்க்கிறது
இருள் விலகாத அதிகாலையில் பார்க்கலாம்
கவிதையை நான் பாடுவதையும்
கண்மூடி அவர் இரசிப்பதையும்
மனிதர்கள் எங்கள்மீது கல்லெறிவதையும்.

வரையறைகளை எழுதுதல்

– பெருந்தேவி

ஒரு பெண் சொல்லை
எப்படியெல்லாம் புரிந்துகொள்ளலாம்?
நிச்சயமாக கலகலப்பின் முத்துக்களாக அல்ல.
அதன் சிகப்புக்கூட மாதுளையுடையது அல்ல.
அருங்கிளியின் பாடலாக அல்ல.
கூறியது கூறலில்
அது
புயலின் நாற்சந்தியில் சுழலும் கைகாட்டி.
திசையில் கவனமில்லாத அது
வரைபடத்தின் தடம்கூட அல்ல.
சேருமிடம் அதன் நோக்கமல்ல.
சில நேரங்களில்
அது நிராசைகளின் கொலுசு.
சில நேரமோ அது
உபரியற்ற விழைவுகளின் வேண்டுதல்.
இன்னும் சில நேரமோ
பாதைகளோடு கண்ணாமூச்சியாட
அவாவும் மின்னல்.

விழியில் உறுத்தும் ஒளியின் நறுக்கு.
சடுதியில் பொருளாகாமல்,
பிரமிப்பில் வைரத்தை நினைவூட்டாமல்,
இறைகட்டளைக்கு முன்னோடி ஆகாமல்,
எந்த ஒழுக்கத்தோடும் சேராமல்
அந்தச் சொல்
சுதந்திரத்தோடு நமக்கிருக்கும் இணக்கம்.
அதனோடு நாமிருக்கும் வெகுதூரத்துக்கான துக்கம்.
தந்தைமையை அடுத்துக் கெடுக்கும்
வாக்கியங்களின் சீட்டுக்கட்டில்
ஒரு ஜோக்கர் துருப்பு.

ஹிமாச்சலில் தாரா கணேசனுக்கு எழுதியது....

— சம்யுக்தா மாயா

குறுந்தளிர்கள் நடுங்கும்படி இடிமுழங்க
சன்னலுக்கு வெளியே சடாரென பெய்யும்
இம்மலை நகரத்துக் கொடும் மழை - மீட்சிக்கான
எந்த ஆறுதலையும் அளிக்கவில்லை தாரா...!
இப்பொழுது நீ தப்பிக்கும் உபாயங்களுடன்
வெகு தொலைவில் பயணித்து கொண்டிருக்கலாம்
அனற்காற்றை சுவாசிக்கும் நம் நகரத்தின்
அமிலமென வெயில் வழியும் தெருக்களில்
இங்கிருந்தால் கனத்த ஈர சிறகுகளுடன்
நம்மை கடந்து செல்லும் பறவை நிச்சயம்
கூடடைந்திடுமா என கேட்டிருப்பாய்
ஒரு பார்வையிலோ கரம் பற்றுதலிலோ
எனக்கும் அப்பறவைக்கும் இக்குளிர் மாலைக்கான
மொத்த கதகதப்பையும் கொடுத்திருக்கக் கூடும்
இதோ இப்பள்ளத்தாக்கு முழுதும் நிறக்காடென
மொய்த்துக் கிடக்கும் எல்லா பூக்களையும்
வசீகரம் இழக்கச் செய்கிறது -உன்
நம்பிக்கை இழக்காத வருடலில் மெல்ல அசையும்
இந்த வருடமும் பூக்காத உன் சின்னஞ்சிறிய
பூச்செடி பற்றிய மெல்லிய நினைவு
தாரா.... அன்பே.
அன்றும் இன்றும் என்றும் நாம் தேடிக் கொண்டிருப்பது
எப்பருவத்தையும் சேராத பெரும் பொழுதுகளையும்
எந்நிலத்தையும் சாராத சிறு மலர்களையும் தானே !

லீனா மணிமேகலை

மதுக்கோப்பைக்கும் உதடுகளுக்கும்
இடையே விழுந்த கண்ணீர்த் துளியில்
அன்பை யாசித்து நிற்கும்
என் பிரதிமையை கண்டதாக
அவன் சத்தியம் செய்தான்.
அது என் கண்ணீரை மேலும் பெருக்கியது
நான் எதுவும் சொல்லாமலேயே
எல்லாம் விளங்குகிறது
என்ற அவனை அப்போதைக்கு பிடித்திருந்தது
அவன் கொண்டு வந்த கோப்பையால்
மதுவும் தனக்கொரு துணையை தேடிக்கொண்டது
வாழ்க்கையின் போக்கில் போய்விடுவது நல்லது என்றான்
தலை நிமிர்ந்துப் பார்த்தால் தெரியும் காட்சிகளை
மட்டுமே நம்புவது சிறந்தது என்றும் சொன்னான்
என் தலையை ஆதுரமாக தடவிக்கொடுத்ததற்காகவே
அவன் சொன்னவற்றை ஆமோதித்தேன்
உள்ளங்கை ரேகைகளின் சிக்கல்களை விடுவிப்பவன் போல
கைவிரல்கள் வருடியதும்
தொடுதலுக்கு பசித்த உடல்
தாய்ப்பறவையை தொலைத்த குஞ்சு போல கேவியது
கோப்பைகள் நிறைந்தன
அன்னியத்திற்கும் பரிச்சயத்திற்கும்
இடையே எத்தனை வண்ண விளக்குகள்
இரவின் சாலைகளில் அன்பு அம்மணமாக ஓடுகிறது
தட்டப்படுவது உங்கள் வீட்டுக்கதவாகவும் இருக்கலாம்

கானகத்தின் நடுவே

- சக்தி ஜோதி

கானகத்தின் நடுவே
பழமையின் மரங்கள் சூழ்ந்திருந்த மைதானத்தில்
சுலுந்தங்குச்சிகளில் பந்தங்கள் எரியத் துவங்கின

இலவம் வெடித்திருக்க
விரியக் காத்திருக்கும் கோங்கம் பூக்களின்
குவிந்த இதழினுள் தாது அடர்ந்திருக்க
புற இதழ் கருத்த தூய வெண்பாதிரி பூக்கள் வாசம் பரப்ப

அப்போதுதான் மலரத்துவங்கும்
செங்காந்தள் மலர்க்கொடியை தன்மேல் படரவிட்டிருந்த
அவன்
அவளைத் தேர்ந்திருந்தான்

அவளின் இமைகள் கிறங்கிக் கிடக்க
மதனமேடையில் நடனமாடத் துவங்கினான்
மூங்கில் காடுகளில் புகுந்தசைந்த காற்றால்
அவளை இசைத்தான்

வனத்தின் அசைவும்
காட்டாற்றின் ஓசையும்
பறவைகளின் சிறகடிப்பும்
இயைந்திட
உடல் ஆடினான்

இருள்
அவனது நடன அதிர்வில்
வெளிச்சமென பெருக
சுலுந்தங்குச்சி நெருப்பாய் அவன்

முன்னும் பின்னும் அசைந்த காலத்தில்
காய்ந்த மரத்தின் உதிர்ந்த செம்பூவென பற்றியெழுந்தாள்
வெடித்த இலவம் காற்றில் மிதந்து கடந்து
புராதன வேர்களை பரப்பியது நிலமெங்கும்

காலத்தை
நெருப்பின்வழி கடக்கும்போது

நடுநிசிக் கிளைகளில் பறவைகள் மறைந்தன."

விஸ்லாவா சிம்போர்ஸ்கா
Wisława Szymborska

மரியா விஸ்லாவா அன்னா சிம்போர்ஸ்கா ஒரு போலந்து கவிஞர், கட்டுரையாளர், மொழிபெயர்ப்பாளர் மற்றும் 1996-ம் ஆண்டில் இலக்கியத்திற்கான நோபல் பரிசைப் பெற்றவர். முரண்பாடான துல்லியத்துடன் வரலாற்று மற்றும் உயிரியல் சூழலை மனித யதார்த்தத்தின் துண்டுகளாக வெளிச்சத்திற்கு வர அனுமதிக்கும் கவிதைக்காக அவருக்கு நோபல் பரிசு வழங்கப்பட்டது.

அவரது கவிதைத்தொகுதிகளான பீப்பிள் ஆன் எ பிரிட்ஜ் *(People on a Bridge) (1990)*, வியூ வித் எ க்ரெய்ன் ஆஃப் சாண்ட் *(View with a Grain of Sand)*: செலக்டட் போம்ஸ் (1995), மிராக்கிள் ஃபேர் *(Miracle Fair) (2001)* மற்றும் மோனோலாக் ஆஃப் எ டாக், *(Monologue of a Talk) (2005)* ஆகியவை ஆங்கிலத்தில் மொழிபெயர்க் கப்பட்ட அவரது கவிதைகளின் சில தொகுப்புகள். அவரது படைப்புகள் ஆங்கிலம் மற்றும் பல ஐரோப்பிய மொழிகளிலும், அரபு, ஹீப்ரு, ஜப்பானிய மற்றும் சீன மொழிகளிலும் மொழி பெயர்க்கப்பட்டுள்ளன

சிம்போர்ஸ்கா தத்துவக் கருப்பொருள்கள் மற்றும் தீவிரவாதம் குறித்து விளக்குவதற்கு முரண்பாடான துல்லியம், முரண்பாடு மற்றும் சிறுமைப்படுத்துதல் போன்ற பல்வேறுவிதமான இலக்கிய நுணுக்கங்களை அடிக்கடி பயன்படுத்தினார். அவரது

பல கவிதைகள் போர் மற்றும் பயங்கரவாதம் பற்றியவை. இறந்த உரிமையாளரின் புதிய காலிக் குடியிருப்பின் பூனை போன்ற கவிதைகளை அசாதாரணமான பார்வையுடன் வழக்கத்திற்கு மாறான நடையில் எழுதினார். ஏறக்குறைய, 350க்கும் குறைவான கவிதைகளையே எழுதினார். அவரிடம் ஏன் இவ்வளவு குறைவான கவிதைகளை வெளியிட்டீர்கள் எனக் கேட்டவர்களுக்கு, "என் வீட்டு குப்பைத் தொட்டியில் வைத்திருக்கிறேன்" என பதிலிறுத்தவர் அவர்.

சிம்போர்ஸ்கா தனது வாழ்நாளில் பல்வேறு விருதுகளைக் குவித்தவர். போலந்து நாட்டின் கலாசாரத்துறை விருது *(The Polish Ministry of Culture Prize)*, நைட்ஸ் கிராஸ் ஆஃப் தி ஆர்டர் ஆஃப் பொலோனியா ரெஸ்டிடூட்டா *(Knight's Cross of the Order of Polo nia Restituta)*, போலந்து நாட்டின் மிக உயரிய விருதான ஆர்டர் ஆஃப் த வொய்ட் ஈகிள் *(The Order of the White Eagle)* மற்றும் நோபல் பரிசு ஆகிய விருதுகளைப் பெற்றவர். சர்வதேசப் புகழ் பெற்ற சிம்போர்ஸ்கா தம் வாழ்வின் இறுதியில் நுரையீரல் புற்றுநோயினால் 88வது வயதில் அமைதியான முறையில் உயிர் நீத்தார்.

விஸ்லாவா சிம்போர்ஸ்கா கவிதைகள்

உயிர் குறித்து ஒரு சில வார்த்தைகள்

இருக்கும் உயிரை
எவரும் சாஸ்வதமாய்
வைத்துக் கொள்ள இயல்வதில்லை

நாட்களும் வருடங்களும்
நம் உயிரற்றுக் கடந்து செல்லலாம்

சில சமயம் அது
நம் சிறுபிள்ளைத்தனமான
பயங்களிலும் குதூகலத்திலும்
மட்டுமே நின்றுவிடுகிறது
சில நேரம் நாம் வயோதிகமெய்தி விட்ட
ஆச்சர்யத்தில் உறைந்து விடுகிறது

அவசியமான வேலைகளில்
அது எப்போதாவது மட்டுமே
கை கொடுக்கிறது
மரச்சாமான்களை நகர்த்துவது
அல்லது மூட்டை முடுச்சுகளை
தூக்குவது அல்லது
காலைக் கடிக்கும் காலணிகளுடன்
காத தூரம் நடப்பது போன்ற வேலைகளில்

மாமிசத்தை வெட்டுவதற்காக
எப்போதும் அது தயாராய் கிளம்பும்
அல்லது ஏதேனும் விண்ணப்ப படிவங்களை
பூர்த்தி செய்வதற்கு

ஆயிரம் உரையாடல்களுக்கு இடையே
ஓர் முறை தானும் கலந்துகொள்ளும்
ஆனாலும் அதிலும் கூட
அது மௌனத்தையே விரும்பும்

நமது உடல் வலியிலிருந்து வேதனைக்குள்
பிரவேசிக்கையில்
அது தனது கடமையிலிருந்து தவறுகிறது

அது கவனமாய் தெரிவு செய்யும்
கூட்டங்களில் தென்படுவதை விரும்பாது
நமது பரபரபரப்புமிக்க ஐயுரவுக்குரிய
அனுகூலமான சூழல்களும்
அதனை அடைவதற்கான திட்டமிடல்களும்
அதனை நோயுறச் செய்யும்

மகிழ்வும் துயரமும்
அதன் இருவேறு உணர்வுகள் அல்ல
இரண்டும் ஒருசேரக் கலந்திருந்தால்
மட்டுமே அது நம்மை கவனிக்கும்

நாம் அதனை நம்பலாம்
எதன் மீதும் நம்பிக்கையற்றிருக்கும் போதும்
எல்லாவற்றைப் பற்றியும் விநோதமான
ஆர்வத்துடன் இருக்கும் போதும்.

தொட்டுணரும் பொருட்களிடையே
அது கடிகாரங்களையும் அசையும் அதன்
பெருநாவையும் மட்டுமே கணக்கில் எடுத்துக் கொள்ளும்
மேலும் எவரும் பாராத போதும்
தன் நிலை மாறாதிருக்கும் ஆடிகளையும் கூடவே

தான் எங்கிருந்து வந்ததென்றோ
எப்போது இங்கிருந்து கிளம்புமென்றோ
சொல்லாதிருக்கும் போதும்
மிகத் தெளிவாய் அக்கேள்வியினை
எதிர்பார்த்திருக்கும்

நமக்கு அது தேவை
ஆனாலும் அதற்கும் கூட
நம் தேவையிருக்கிறது
சில காரணங்களுக்காகவேனும்.

பாலியல் இலக்கியம் பற்றி ஓர் அபிப்ராயம்

சிந்தனையைக் காட்டிலும் மட்டற்ற நுகர்வு
வேறெதிலும் இருக்கமுடியாது
இது போலொரு பிடாரித்தனம்
டெய்ஸி மலர்களுக்காக உழுது பதப்பட்ட நிலம் வீழ்ந்து
காற்றில் பரவும் விஷக்கொடி போன்று
தாந்தோன்றித்தனமாய் ஓடும்

சிந்தனையாளனுக்கு எதுவுமே புனிதமல்ல
வீம்புக்கென சிலவற்றைப் பெயரிட்டழைப்பதும்
வருதீங்குப் பகுப்பாய்வும், காமமிகு கூட்டிணைப்பும்
உன்மத்தவெறியும், தூர்த்தனைப் போல்
நிர்வாண உண்மைகளைத் துறத்துதலும்,
புலன் தூண்டும் பொருள்குறித்த ஆபாச மீட்டலும்
உஷ்ணமேற்றும் சம்பாஷணையும்
அவர்களின் செவிகளுக்கு நல்லிசை

அகன்ற பகலிலோ அன்றி இரவின் இருட்கீழோ
அவர்கள் வட்டமோ, முக்கோணமோ அன்றி
இரட்டையராகவோ வியூகிப்பர்
கூட்டாளியின் வயதோ பாலோ முக்கியமன்று
கண்கள் மின்னும், சிவக்கும் கன்னம் அவர்களுக்கு
தோழன், தோழன் நெறிவழுவ வழிகாட்டுவான்
சீரழிந்த பெண்கள் தந்தைகளை மாசாக்குவர்
தமையன் தன் குட்டித் தங்கைக்குக் காமத்தரகனாவான்

பளபளக்கும் பத்திரிக்கைகளில் காணும்
மென்சிவப்பு ப்ருஷ்டங்களுக்கு ஈடென
விலக்கப்பட்ட கனிபுசிக்க விழைவர்
எல்லாம் முடிவாக எளிய இதயக்களங்கம் தான்
அவர்களின் சுவாரஸ்யப் புத்தகங்களில்
படங்கள் இருப்பதில்லை
அவர்களின் பன்முகத்துய்ப்பு முறைமை
கட்டைவிரல் நகத்தாலோ அல்லது மெழுகுவண்ணத்தாலோ
அடிக்கோடிடப்பட்டிருக்கும்

அதிர்வூட்டுகிறது தகாமுறைமையின்
பேதமையில் ஒன்று இன்னொன்றைச் சூலேற்ற
வரித்துக்கொள்ளும் தோற்றநிலை
அந்நிலைகளோ காமசூத்திரங்களும் அறியா வகை

அவர்களின் அத்தகு சந்திப்பில்
நீராவியாவது தேநீர் மட்டுமே
நாற்காலிகளில் அமர்ந்தவண்ணம் உதட்டை அசைப்பர்
அனைவருமே தத்தமது கால்களை குறுக்கில் மடித்து
ஒன்றன் மீதொன்றாக்குவர்
வேறுசிலர் தளர்வாய்த் தொங்கவிட்டு அந்தர ஊசலாடுவர்
அவ்வப்போது சிலர் எழும்பிச் சாளரத்திற்குச் சென்று
திரைச்சீலையின் பிளவூடித் தெருவை எட்டி நோக்குவர்

தாரா கணேசன்

ஜாஸ்லோவில் ஒரு பட்டினி முகாம்

எழுது. எழுது. சாதாரண மைகொண்டு
சாதாரண காகிதத்தில்: அவர்களுக்கு உணவு
வழங்கப்படவில்லை.
அவர்கள் அனைவரும் பசியால் இறந்தனர்.
"அனைவருமெனில். எத்தனை பேர்?
அது ஒரு பெரிய புல்வெளி. ஒவ்வொருவருக்கும் எவ்வளவு
புல்? எழுதுங்கள்:
எனக்குத் தெரியாது.
வரலாறு அதன் எலும்புக்கூடுகளை முழுமையான எண்களில்
கணக்கிடுகிறது.
ஆயிரத்துஒன்று என்பது ஆயிரமாக இருக்கும்
அந்த ஒன்று எப்போதுமே இல்லாதது போல்
ஒரு கற்பனைக் கரு, ஒரு வெற்று தொட்டில்,
எப்போதுமே படிக்காத அரிச்சுவடி
நகைக்கும், அழும், வளரும் காற்று,
வெறுமை தோட்டத்தை நோக்கி படிகளில் ஓடுகிறது,
வரிசையில் யாருக்கும் இடமில்லை.

சதையாக மாறிய புல்வெளியில் நாங்கள் நிற்கி
றோம்,
அப்புல்வெளி அமைதியாக ஒரு பொய் சாட்சியென உள்ளது.
வெயில் மினுக்கும் பச்சையாய் அருகில் ஒரு காடு
மெல்லுவதற்காக மரமும் மற்றும் பட்டையின் கீழிருக்கும்
தண்ணீரும்
ஒவ்வொரு நாளும் பார்வைக்கான முழுமைப்
பங்கீடாயிருக்கும்
நீ குருடனாகும் வரைக்கும்; தலைக்கு மேலே, ஒரு பறவை
உயிர் தரும் அதன் சிறகுகளின் நிழலில்

உதடுகளை ஒற்றினர். அவர்களின் தாடைகள் திறந்தன.
பற்கள் பற்களுக்கு எதிராக மோதின.
இரவில், வானில் பிரகாசித்த அரிவாள் நிலவு
அவர்களின் ரொட்டிக்கென கோதுமையை அறுவடை செய்தது.
கைகள் மிதந்து வந்தன கருமைபடர்ந்த சின்னங்களில் இருந்து,
அவர்களின் விரல்களில் காலி கோப்பைகள்.
சட்டுவக்கோல் போன்ற முள்வேலியில்
ஒரு மனிதன் திரும்பிக்கொண்டிருந்தான்.
வாய் நிறைய மணலுடன் பாடினார்கள்.
"போர் எப்படி இதயத்தை நேராகத் தாக்குகிறது எனும் அருமையான பாடலை"
எழுதுங்கள்: எவ்வளவு அமைதியாக இருக்கிறது.
"ஆம்."

விஸ்லாவா ஸிம்போர்ஸ்கா

டேம் கரோல் ஆன் டஃபி
Dame Carol Ann Duffy

1955ல் பிறந்த டேம் கரோல் ஆன் டஃபி ஸ்காட்லாந்து நாட்டின் கவிஞர் மற்றும் நாடக ஆசிரியர் ஆவார். அவர் மான்செஸ்டர் மெட்ரோபொலிட்டன் பல்கலைக்கழகத்தில் சம காலக் கவிதைப் பேராசிரியராக உள்ளார், மேலும் மே 2009இல் Poet Laurette ஆக நியமிக்கப்பட்டு 2019வரை அந்தப் பதவியில் இருந்தார்.

டஃபியின் கவிதைகள் அன்றாட அனுபவம், தன்வயமான கற்பனை மற்றும் மற்றவர்களின் வளமான கற்பனை வாழ்க்கையையும் ஆராய்கிறது. டஃபி குழந்தைப் பருவம், இளமைப் பருவம், வயது முதிர்ந்த வாழ்க்கை போன்ற காட்சிகளை நாடகமாக்குவதில், காதல், நினைவாற்றல் மற்றும் மொழி மூலம் ஆறுதல் தரும் தருணங்களைக் கண்டறிகிறாள் என சார்லோட் மெண்டல்சன் தி அப்சர்வரில் எழுதுகிறார். ஸ்காட்லாண்டின் முதல் வெளிப்படையான நேர்பாலீர்ப்பு (Lesbian) கவிஞர் ஆவார்.

அவரது கவிதைகள் ஒடுக்குமுறை, பாலினம் மற்றும் வன்முறை போன்ற பிரச்சனைகளை அணுகக்கூடிய மொழியில் பேசுகின்றன. அவரது தொகுப்புகளில் ஸ்காட்டிஷ் ஆர்ட்ஸ் கவுன்சில் விருது வென்ற ஸ்டாண்டிங் ஃபிமேல் நியூட் (Standing Female Nude) (1985) அடங்கும்; செல்லிங் மன்ஹாட்டன் (Selling Manhatten (1987), சோமர்செட் மாம் விருதை வென்றது; சராசரி நேரம் (Mean Time) (1993), விட்பிரெட் (Whitbread Poetry Award)

கவிதை விருதை வென்றது; மற்றும் ராப்ச்சர் *(Rapture) (2005),* நூல் *T. S.* எலியட் பரிசை வென்றது.

டஃபி, ஹல் பல்கலைக்கழகம் *(University of Hull),* டண்டி பல்கலைக்கழகம் *(University of Dundee)* செயின்ட் ஆண்ட்ரூஸ் பல்கலைக்கழகம் *((University of St. Andrews)* மற்றும் வார்விக் பல்கலைக்கழகம் *(University of Warwick)* ஆகியவற்றிலிருந்து கௌரவ முனைவர் பட்டங்களையும், கேம்பிரிட்ஜ் ஹோமர்டன் கல்லூரியில் *(Homerton College, Cambridge)* கௌரவ பெல்லோஷிப் பையும் பெற்றுள்ளார்.

டேம் கரோல் ஆன் டஃபி கவிதைகள்

திருமதி. லாஸரஸ்

நான் துக்கித்திருந்தேன் ஒரு முழு இரவும் பகலும்
இழப்பைக் குறித்து அழுது கிழித்தெறிந்தேன்
மணப்பெண் உடையை எனது மார்பிலிருந்து
கதறி விழுந்தழுது ஓலமிட்டு இரத்தம் பெருகும் வ்ரை
எனது கரங்களால் கல்லறைக் கற்களைப் பிராண்டி
ஓங்கரித்தேன் அவன் பெயரை திரும்பத் திரும்ப
மரித்தான் மரித்தானென்று

வீடு திரும்பி, வெறுமையில் மனமுடைந்து
ஒற்றைக்கட்டிலில் உறங்கினேன் விதவையாய்
ஒரு வெற்று கையுறை, தூசுகள் படிந்த
வெண்தொடையெலும்பு, ஒரு கருப்புப் பையில்
பாதி திணிக்கப்பட்ட ஆழ்வண்ணக் காற்சட்டை
ஒரு இறந்த மனிதனின் காலணியுடன் இடம் பெயர்ந்து
என் வெற்றுக் கழுத்தை இறுக்கினேன்
‘டை’யினால் இரு-சுருக்கிட்டு

நிலைக்கண்ணாடியில் தன்னைத் தானே தொட்டுணரும்
நோயுற்று மெலிந்த கன்யாஸ்த்ரீயின்
ஆழ்துயர் நிலைகளை நான் கற்றுணர்ந்துவிட்டேன்
எவ்வித பிடிமானமுமற்ற சட்டங்களில்
குறியீடாயிருக்கிறது எனது முகம்
ஆனால் இதற்குள் அவன் என்னை விட்டு விலகிப்போகிறான்
ஒரு சிறிய புகைப்படம் போன்று குறுகிச் சிறுத்து
சிறிது சிறிதாய்த் தேய்ந்தழிந்து போவதுபோல்

போகிறான், அவன் பெயர் அவன் முகத்தை நினைவூட்டும்
மந்திரச்சொல் என்பது மறந்து போகும் வரைக்கும்.
அவனது சிகையின் கடைசிக் கற்றை
புத்தகத்தில் இருந்து பறந்து போனது
அவன் வாசனை வெளியேறியது வீட்டை விட்டு.
வாசிக்கப்பட்டது உயில். என் தங்க மோதிரத்தின்
சிறிய பூஜ்யத்திற்குள்ளாக அவன் கரைந்து போகிறான்

பிறகவன் போய்விட்டிருந்தான்
பிறகவன் நிலையான காவியமானான், அழியா மொழியானான்
இருபுறமும் வேலிச்செடிகள் அடர்ந்திருந்த பாதையில்
அந்தப் பள்ளிக்கூட ஆசிரியரின் தோள் மீது கரம் வைத்த
போது
ஒரு ஆணின் வலிமை திடுக்கிட்டு அதிரவைத்தது
அவனது மேல்கோட்டுச் சட்டைக்கையின் அடியில் இருந்து
ஆனால் நான் இயன்றவரை
உண்மையாய்த்தானிருந்தேன்
அவன் வெறும் நினைவாகிப்போகும் வரை

ஆக, கம்பளிப்போர்வை போல்
அருமையான காற்று வீசிய அம்மாலையில்
வயல்வெளியில் நிற்க முடிந்தது
நான் குணமாகி விட்டிருந்ததால்
வானில் நிலவின் விளிம்பைக் காண இயன்றது
ஒரு புதரிலிருந்து ஒரு முயல் குதித்தோடியதையும்
அந்த கிராமத்து மனிதர்கள் என்னை நோக்கி
உரக்கக் கத்தியவாறு வந்து கொண்டிருந்ததையும் கூட
கவனிக்க முடிந்தது

அவர்களுக்கு பின்னாலிருந்த அந்தப் பெண்களை,
குழந்தைகளை, குரைக்கும் நாய்களை எனக்குத் தெரியும்,
அந்த ஏமாற்றும் விளக்கொளியில்
அந்த இரும்படிப்பவனின் முக பாவனையிலும்
அந்தக் கேளிக்கை அரங்கிலிருந்த பெண்ணின்
நடுங்கும் விழியிலும்,
என்முன்னே கலைந்து போன கூட்டத்திலிருந்து
என்னைக் கைத்தாங்கலாய் பிடித்துக்கொண்ட கரங்களிலும்
எனக்குத் தெரிந்துவிட்டது

அவன் உயிரோடிருப்பது, அவனது முகத்தில் கண்டேன் அந்த பயங்கரத்தை
அவனது அம்மாவின் கிறுக்குத்தனமான பாடலைக் கேட்டேன்
அவனது துர்நாற்றத்தை சுவாசிக்க முடிந்தது
என் மணமகன் தனது அழுகிய மரணஅங்கியில்
கல்லறையிலிருந்து சரியும் மணலின் ஈரத்துடன்
அவனது பெயரை தவளையின் குரலில் உச்சரித்தபடி
காலத்தினுள்ளிருந்து வெளிவந்தான், தன்னுரிமையிழந்து,

கேப்ரியேலா மிஸ்ட்ரல்
Gabriela Mistral

சிலி நாட்டுக் கவிஞரான கேப்ரியேலா மிஸ்ட்ரல் 1945 இல் இலக்கியத்திற்கான நோபல் பரிசை வென்ற முதல் லத்தீன் அமெரிக்கர் ஆவார். அவரது பல கவிதைகள் குறைந்தபட்சம் ஓரளவு சுயசரிதையாக, அவரது வாழ்க்கையின் சூழ்நிலைகளுக்கு ஏற்ப தொனிக்கிறது. அவர் தனது வாழ்வின் ஒரு பகுதியை ஐரோப்பா, பிரேசில் மற்றும் அமெரிக்காவில் அரசாங்கத் தொடர்பான பொறுப்புகளில் கழித்தார். பெண்கள் மற்றும் குழந்தைகளின் உரிமைகள் மற்றும் சரிசமமான கல்விக்கு வலுவான ஒரு வக்கிலாக மிஸ்ட்ரல் நினைவுகூரப்படுகிறார்.

மிஸ்ட்ரல் குழந்தையாக இருந்தபோது இயற்கையால் சூழப்பட்டிருந்ததால் அவரது கவிதைக்குள் இயற்கை எளிதாய் நுழைந்தது. மிஸ்ட்ரலைப் பற்றி புத்தகத்தை எழுதிய சிலி அறிஞர் சாண்டியாகோ டேடிடோல்சன் கூறுகிறார், "உலகின் கடந்தகால மற்றும் கிராமப்புற மொழி அவரது புனைவாற்றலாகி அவருக்கே உரித்தான தேர்ந்தாய்ந்த சொந்த சொற்களஞ்சியம், உருவகம், சந்தம் ஆகியவற்றிற்கு ஊக்கமளித்தது என்பதை *Poema de Chile* இல் உறுதிப்படுத்துகிறார்.

April 7, 1889 இல் பிறந்த கேப்ரியால, பின்னாளில் சிலியின் உயர்நிலைப்பள்ளியில் தலைமயாசிரியர் பொறுப்பேற்றார். அப்போது அவர் மிஸ்ட்ரல் எனும் புனைப்பெயரில் எழுதத் தொடங்கினார். 1922 ஆம் ஆண்டு மிஸ்ட்ரலுக்கு ஒரு தீர்க்கமான

காலகட்டமாக அமைந்தது. அப்போது அவர் தனது விரக்தி (De spair) எனும் முதல் புத்தகத்தை வெளியிட்டார், அந்நூல் பல்வேறு இடங்களில் அவர் வெளியிட்ட கவிதைகளின் தொகுப்பாகும்.

1924இல், மிஸ்ட்ரல் மெக்சிகோவை விட்டு அமெரிக்கா மற்றும் ஐரோப்பாவிற்கு பயணம் செய்தார், மேலும் அவரது இரண்டாவது கவிதைப் புத்தகமான, வாத்சல்யம் குழந்தைகளுக்கான பாடல் (Tenderness: Songs for Children) வெளியிடப்பட்டது. 1925 இல் அவர் தென்னாப்பிரிக்க நாடுகளுக்கு பயணம் மேற்கொண்டர். அக்கால கட்டத்தில் அவர் லத்தீன் அமெரிக்கா முழுவதும் போற்றப்படும் கவிஞராக ஆனார்.

1938 இல், அவரது மூன்றாவது கவிதைப் புத்தகம், தாலா (Tala) வெளியிடப்பட்டது. ஐரோப்பாவில் போரின் காரணமாக மிஸ்ட்ரல் ரியோ டி ஜெனிரோவில் பதவி ஏற்றார். பிரியத்திற்குரிய அவரது மருமகன் பிரேசிலில், 1943 இல், ஆர்சனிக் விஷத்தால் இறந்தார். இது மிஸ்ட்ராலை பெருந்துக்கத்திற்கு உட்படுத்தியது: அதிகாரிகள் மரணத்தை தற்கொலை என்று தீர்ப்பளித்தபோதும், மிஸ்ட்ரல் இந்த விளக்கத்தை ஏற்க மறுத்து பொறாமை கொண்ட பிரேசிலிய பள்ளித் தோழர்களால் கொல்லப்பட்டதாக வலியுறுத்தினார்.

1945 இல் இலக்கியத்துக்கான நோபல் பரிசு பெற்றதை அறிந்தபோது மிஸ்ட்ரல் பிரேசிலில் இருந்தார். நோபல் பரிசை வென்ற முதல் லத்தீன் அமெரிக்கர் இவரே. தன் மருமகனின் இழப்பால் பரிதாபமான துயரில் இருந்தாலும், பரிசைப் பெற ஸ்வீடனுக்குச் சென்றார்.

1956 இல், மிஸ்ட்ரலுக்கு கணையப் புற்றுநோய் இருப்பது கண்டறியப்பட்டது. சில வாரங்களுக்குப் பிறகு, ஜனவரி 10, 1957 இல் அவர் மறைந்தார். மிஸ்ட்ரலின் கடைசித் தொகுப்பான சிலியின் கவிதை (Poem of Chile), அவரது மரணத்திற்குப் பின் வெளியிடப்பட்டது.

கேப்ரியேலா மிஸ்ட்ரல் கவிதைகள்

இல்லை, மறுபடி ஒருபோதும் இல்லை

இல்லை, மறுபடி ஒருபோதும் இல்லை
நடுங்கும் நட்சத்திரங்கள் நிறைந்த இரவுகளிலோ
விடியலின் கன்னி வெளிச்சத்திலோ
பலியாகும் பிற்பகலிலோ

வயல்வெளிகளைச் சுற்றியிருக்கும்
வரப்புகளின் விளிம்பிலோ
பிரகாசிக்கும் நிலவொளியில் நடுங்கும்
ஊற்றுகளின் ஓரங்களிலோ

அன்றி வனப்பான வன அடர்த்தியின் கீழோ
எங்கே அவனின் பெயர் கூவியழைத்தபடி
இரவு எனை கடந்து சென்றதோ
எனது கதறல்களின் எதொரொலி
திரும்பி வரும் குகைகளிலோ அல்ல

அவனைச் சந்தித்தாக வேண்டும்
எங்கென்பது குறித்து எவ்வித அக்கறையுமற்று

தாரா கணேசன் | 57

சொர்க்கத்தின் உயிரற்ற நீரிலோ
அன்றி ஆவியாகும் நீர்ச்சுழலிலோ
மாசற்ற நிலவின் கீழோ
அன்றி வெளிறிய அச்சத்திலோ

அவனோடிருக்க வேண்டும்
எல்லா ருதுவிலும் பனியிலும்
ஒன்றோடு ஒன்றாய்க் கலந்து
அவனது விட்டொழிக்க இயலாக் கழுத்தில்
துயர்மிகு முடிச்சாய்ப் பிணைந்து.

வார்சன் ஷைர்
WARSAN SHIRE

1988 கென்யாவில் பிறந்த வார்சன் ஷைர் 1988 ஒரு பிரிட்டிஷ் எழுத்தாளர், கவிஞர், ஆசிரியர் மற்றும் ஆசிரியர் ஆவார், 2013 ஆம் ஆண்டில், ப்ரூனெல் பல்கலைக்கழக ஆப்பிரிக்க கவிதை பரிசு அவருக்கு வழங்கப்பட்டது, மொத்தம் 655 உள்ளீடுகளில் ஆறு வேட்பாளர்களின் தேர்வுப்பட்டியலில் இருந்து தேர்ந்தெடுக்கப்பட்டார். 'வீட்டைப் பற்றிய உரையாடல்கள் (ஒரு நாடுகடத்தப்பட்ட மையத்தில்)' என்ற கவிதையிலிருந்து, 'வீடு ஒரு சுறா வாயாக இருந்தால் தவிர/வீட்டிலிருந்து யாரும் வெளியேற மாட்டார்கள்' என்ற அவரது வார்த்தைகள், 'அகதிகள் மற்றும் அவர்களின் ஆதரவாளர்களுக்கான பேரணி அழைப்பு' என்று அழைக்கப்படுகின்றன.

ஷைர், ஒரு வயதில் தனது குடும்பத்துடன் ஐக்கிய இராச்சியத்திற்கு குடிபெயர்ந்தார். அவருக்கு நான்கு உடன் பிறப்புகள் உள்ளனர். கிரியேட்டிவ் ரைட்டிங்கில் இளங்கலை பட்டம் பெற்றவர். 2011 இல், அவர் டீச்சிங் மை மதர் ஹவ் டு கிவ் பர்த் (Teaching my Mother How to Give Birth) என்ற கவிதைத் துண்டுப் பிரசுரத்தை வெளியிட்டார். அவரது முழு தொகுப்பும் 2016 இல் வெளியிடப்பட்டது.

யுனைடெட் கிங்டம், இத்தாலி, ஜெர்மனி, வட அமெரிக்கா, தென்னாப்பிரிக்கா மற்றும் கென்யா உட்பட உலகம் முழுவதும்

உள்ள பல்வேறு கலை அரங்குகளில் வைஷர் தனது கவிதைகளைப் வாசித்துள்ளார். அவரது கவிதைகள் கவிதை விமர்சனம், மாக்மா மற்றும் வசாஃபிரி உட்பட பல்வேறு இலக்கிய வெளியீடுகளில் வெளியிடப்பட்டுள்ளன. கூடுதலாக, வைஷரின் கவிதைகள் இளைய கவிஞர்களின் உப்பு புத்தகம் *(Salt Book of Younger Poets, Salt, 2011)*, பத்து: தி நியூ வேவ் *(Ten : The New Wave, Bloodaxe, 2014)*, மற்றும் ஆப்பிரிக்காவின் புதிய மகள்கள் *(New Daughters of Africa, (edited by Margaret Busby, 2019)* ஆகிய தொகுப்புகளில் இடம்பெற்றுள்ளன. இவரது கவிதைகள் இத்தாலியன், ஸ்பானிஷ், போர்த்துகீசியம், ஸ்வீடிஷ், டேனிஷ் மற்றும் எஸ்டோனியன் உள்ளிட்ட பல மொழிகளிலும் மொழிபெயர்க்கப்பட்டுள்ளன.

வைஷர் தனது சொந்த அனுபவங்களை மட்டுமல்ல, அவர் நெருக்கமாக இருக்கும் நபர்களின் அனுபவங்களையும் பயன்படுத்துகிறார். அவர் கூறுகிறார் 'நான் எழுதிய ஒவ்வொரு நபரையும் நான் அறிவேன், அல்லது நானே அவர்களை அவர்களின் மிக அந்தரங்கமான அமைப்புகளில் கற்பனை செய்கிறேன்.' அவரது முக்கிய ஆர்வம் பொதுவாகக் கேட்கப்படாத நபர்களைப் பற்றி எழுதுவது, புலம்பெயர்ந்தோர் மற்றும் அகதிகள் மற்றும் பிற ஓரங்கட்டப்பட்ட மக்கள் குழுக்கள். மேலும் வைஷர் கூறுகிறார்: 'எனது நினைவுகள் மற்றும் பிறரின் நினைவுகள் மூலம் நான் நிறைய பயணம் செய்கிறேன், அடிப்படையில் பல விஷயங்களைப் புரிந்துகொள்ள முயற்சிக்கிறேன்.' முதல் தலைமுறை புலம்பெயர்ந்தவராக, தனது கவிதைகளை அவர் தனது சொந்த நாடான சோமாலியாவுடன் இணைக்கப் பயன்படுத்தினார், ஆனாலும் அங்கு அவர் தனது சொந்த நாட்டுக்கு ஒருபோதும் சென்றிருக்கவில்லை. இந்த மக்களின் வாழ்க்கையைத் தெரிவிக்க தனது நிலையை ஒரு புலம்பெயர்ந்தவளாகப் பயன்படுத்துகிறாள். வைஷர்தனது நெருங்கிய உறவினர்கள் மற்றும் குடும்ப உறுப்பினர்கள் மற்றும் அவர்களது அனுபவங்களின் தாக்கங்களைப் பயன்படுத்தி அவர்கள் அனைவரும் எதிர்கொண்ட போராட்டங்களை தனது கவிதையில் சித்தரிக்கிறார்.

வார்சன் ஷைர் கவிதைகள்

நமது நீல உடல்கள்

நீங்கள் இடைநிறுத்தப்பட்டதாக நான் கனவு கண்டேன்
பனிக்குடத் திரவத்தில், காற்றில் உனது முடி பறக்க
உயிரோட்டத்துடன், புற்று நோய் வெகு முன்பே
அழியாத நமது இயக்கங்கள் ஒத்திசைந்தன,
நாம் தொப்புளில் ஒன்றாக இணைக்கப்பட்டுள்ளோம்,
நீண்ட தொப்புள் கொடி எவ்வளவு இயலுமோ அவ்வளவு
எனை வலிந்திழுக்கிறது, கிரிகோரி போர்ட்டர் அதன் மூலம்
ஏறி வர
அங்கே மரித்தபடியிருக்கும் காதல் இல்லை
அவரது குரல் மற்றும் தொலைதூரத்தில்
அது உன்னை எவ்வாறு அமைதிப்படுத்துகிறது
இந்த கருப்பையின் சுவருக்கு அப்பாலிருந்து,
ஒரு மகத்துவமான இதயத்தின் மெல்லிய தாளலயம்
நமக்கு மேலே.

அழகிலி

உங்கள் மகள் ஒரு அழகிலி.
இழப்பை அவள் நன்கறிவாள்,
முழு நகரங்களையும் தன் வயிற்றில் சுமந்திருக்கிறாள்

ஒரு குழந்தையாக, உறவினர்கள் அவளைத் தம்மோடு
வைத்திருக்கவில்லை
அவள் மூங்கிற்சிம்பென மரம் மற்றும் கடல் நீருடன்
கட்டப்பட்டிருந்தாள்.
அவர்கள் அவள் போரை நினைவுபடுத்துவதாகச்
சொன்னார்கள்.

அவளின் பதினைந்தாவது பிறந்தநாளில்
எப்படி முடியைக் கயிறு போல் கட்டுவதென்று
தூபவர்க்கத்தை எரித்து சாம்பிராணியிடுவதையும்
அவளுக்குக் கற்றுக் கொடுத்தீர்கள்

நீ அவளை பன்னீரில் வாய் கொப்பளிக்க செய்தாய்
மற்றும் அவள் இருமிய போது, கூறினாய்
உன்போன்ற மகான்டோ பெண்கள்
தனிமையின் மணத்துடனோ அன்றி வெறுமையுடனோ
இருத்தல் கூடாதென

நீ அவளது தாய்.
அவளை நீ ஏன் எச்சரிக்கவில்லை
சிதையும் படகென போல் அவளை கையில் பற்றியபடி
ஆண்கள் அவளை நேசிக்க மாட்டார்கள் என்று
அவள் கண்டங்களில் மூடப்பட்டிருந்தால்,

அவளது பற்கள் சிறிய காலனிக் குடியேற்றங்களாயிருந்தால்
அவளது வயிறு ஒரு தீவாக இருந்தால்
அவளது தொடைகள் எல்லைகளாக இருந்தால்?

மனிதன் விரும்புவது
படுத்தபடி உலகம் எரிவதைப்
தனது படுக்கையறையில் பார்வையிடத்தான்

உங்கள் மகளின் முகம் ஒரு சிறிய கலவரம்,
அவளுடைய கைகள் ஒரு உள்நாட்டுப் போர்,
ஒவ்வொரு காதுக்குப் பின்னும் ஒரு அகதிகள் முகாம்,
அவலட்சணமான பொருட்களால் சிதறிய உடல்
ஆனால் கடவுளே,
அவள் இவ்வுலகை நன்கு அணியவில்லையா?

சில்வியா பிளாத்
Sylvia plath

"மரணமென்பது ஒரு கலை. மற்ற அனைத்தையும் போலவே நான் அதை மிகச் சிறப்பாகச் செய்கிறேன்." – சில்வியா பிளாத்

சில்வியா பிளாத் 20 ஆம் நூற்றாண்டின் மிகவும் ஆற்றல் வாய்ந்த மற்றும் போற்றப்பட்ட கவிஞர்களில் ஒருவர். அவர் தனது இலக்கிய வாழ்வைத் தொடங்கிய நேரத்தில், ஏற்கனவே இலக்கிய சமூகத்தில் பின்தொடர்பவர்களைக் கொண்டிருந்தார்

அடுத்தடுத்த ஆண்டுகளில் அவரது படைப்புகள் ஏராளமான வாசகர்களின் கவனத்தை ஈர்த்தது, வன்முறை உணர்ச்சி, மற்றும் மரணத்தின் மீதான ஆவேசம் ஆகிய அனைத்தையும் தனது ஒற்றை வசனத்தில் விரக்தியை பட்டியலென பதிவுசெய்தவர். நியூயார்க் டைம்ஸ் புத்தக மதிப்பாய்வில், ஜாய்ஸ் கரோல் ஓட்ஸ் பிளாத்தை "ஆங்கிலத்தில் எழுதும் போருக்குப் பிந்தைய கவிஞர்களில் மிகவும் பிரபலமான மற்றும் சர்ச்சைக்குரியவர்" என்று விவரித்தார். மேலும் பிளாத்தின் மிகவும் பிரபலமான கவிதைகள் குறித்து கூறும் ஓட்ஸ் "அவற்றில் பல அவரது வாழ்க்கையின் இறுதி, கொந்தளிப்பான வாரங்களில் எழுதப்பட்டன, அவை ஆர்க்டிக் பனிக்கட்டியிலிருந்து ஒரு சிறந்த அறுவை சிகிச்சை கருவியைக் கொண்டு வெட்டப்பட்டதைப் போல இருந்தன" என்கிறார்.

பிளாத் 1963 இல் இறந்ததிலிருந்து எண்ணற்ற வாசகர்களை ஊக்குவித்தது மட்டுமின்றி பல கவிஞர்களையும், ஆழ்ந்து

பாதித்துள்ளார். பிளாத்தின் கவிதைகள் தீவிர சுயசரிதை போன்று, அவரது சொந்த மனவேதனை, சக கவிஞரான டெட் ஹியூஸுடனான அவரது பிரச்சனைக்குரிய திருமணம், அவரது பெற்றோருடன் தீர்க்கப்படாத மோதல்கள் மற்றும் தன்னைப் பற்றிய அவருடைய சொந்த பார்வை ஆகியவற்றை ஆராய்கின்றன.

1932இல் பாஸ்டனில் பிறந்த பிளாத், ஜெர்மனில் குடியேறிய கல்லூரி பேராசிரியரான ஓட்டோ பிளாத்தின் மாணவர்களில் ஒருவரான ஆரேலியா ஸ்கோபரின் மகள். கவிஞரின் ஆரம்ப வருடங்கள் கடற்கரைக்கு அருகிலேயே கழிந்தன. ஆனால் 1940 இல் அவரது தந்தை இறந்தபோது அவரது வாழ்க்கை திடீரென மாறியது. நன்கு அறியப்பட்ட கவிதையான "அப்பா" (Daddy) உட்பட அவரது மிகவும் தெளிவான கவிதைகளில் சில, அவரது சர்வாதிகார தந்தையுடனான குழப்பமான உறவு, அவரது உணர்வுகள் மற்றும் அவரது துரோகம் பற்றியது.

தனது இளங்கலைப் படிப்பின் போது பிளாத் கடுமையான மன அழுத்தத்தின் அறிகுறிகளை அனுபவிக்கத் தொடங்கினார். அது இறுதியில் அவரது மரணத்தின் பாதைக்கு வழிவகுத்தது. ஜூன் 20, 1958 தேதியிட்ட அவரது பத்திரிகைப் பதிவொன்றில், அவர், "என் வாழ்க்கை இரண்டு மின்னோட்டங்களால் மாயமாக இயங்குவது போல் உள்ளது: மகிழ்ச்சியான நேர்மறை மற்றும் நம்பிக்கையற்ற எதிர்மறை: இந்த நேரத்தில் இயங்கும் எதுவாக இருந்தாலும், அது என் வாழ்க்கையில் ஆதிக்கம் செலுத்துகிறது" எனக் குறிப்பிட்டுள்ளார். இது இருமுனைக் கோளாறின் (bipolar disorder) சாதுர்யமான விளக்கமாகும். மேனிக் மனச்சோர்வு என்றும் அழைக்கப்படும் இந்த மிகவும் தீவிரமான இந்நோய்க்கு பிளாத்தின் வாழ்நாளில் உண்மையான பயனுள்ள மருந்துகள் எதுவும் கிடைக்கவில்லை. ஆகஸ்ட் 1953 இல், தனது 20-ம் வயதில், பிளாத் தூக்க மாத்திரைகளை விழுங்கித் தற்கொலைக்கு முயன்றார். அந்த முயற்சியில் உயிர் பிழைத்து மருத்துவமனையில் அனுமதிக்கப்பட்டு, எலக்ட்ரோ ஷாக் தெரபி மூலம் சிகிச்சை பெற்று வந்தார். அவரது வாழ்வின் முறிவு மற்றும் மீட்பு அனுபவங்கள் ஆகியவை புனைகதையாகி, பின்னர் வெளியான பெல் ஜார் (The Bell Jar) எனும் ஒரே நாவலானது.

பிளாத் மருத்துவ மன அழுத்தத்தில் இருந்ததாகக் கண்டறியப் பட்டார், மேலும் அதற்கு சிகிச்சையளிப்பதற்கான முயற்சியில் அவர் எலக்ட்ரோகான்வல்சிவ் சிகிச்சைக்கு உட்படுத்தப்பட்டார். உயிர் பிழைத்த பின்பு, அடுத்த ஆறு மாதங்கள் தீவிர மனநல சிகிச்சையில் கழித்தார். 1960 இல், அவரது முதல் முழு தொகுப்பு, கொலோசஸ் மற்றும் பிற கவிதைகள் வெளியிடப்பட்டது. கொலோசஸ் முதன்முதலில் இங்கிலாந்தில் வெளியிடப்பட்ட பின், பிளாத்தின் கவிதைக் குரல் குறிப்பிடத்தக்க பாராட்டைப் பெற்றது.

தி பெல் ஜாரின் வெற்றிகரமான வெளியீட்டிற்குப் பிறகு, பிளாத் "டபுள்எக்ஸ்போஷர்" என்ற தலைப்பில் மற்றொரு நாவலில் பணியாற்றத் தொடங்கினார். அவர் இறப்பதற்கு முன், அவர் சுமார் 130 பக்கங்களை எழுதியதாக கூறப்படுகிறது. எவ்வாறாயினும், அவரது மரணத்திற்குப் பிறகு அவரது கையெழுத்துப் பிரதி கிடைக்கவில்லை. பிளாத் தனது வாழ்நாள் முழுவதும் மனச்சோர்வு மற்றும் தற்கொலை எண்ணங்களுடன் தொடர்ந்து போராடினார். அவரது வாழ்க்கையின் இறுதி மாதங்களில், அவர் ஒரு நீண்டகால மனச்சோர்வின் அத்தியாயத்தில் இருந்தார். இது அவருக்கு கடுமையான தூக்கமின்மையையும் ஏற்படுத்தியது. பிப்ரவரி 11, 1963 அன்று காலை, பிளாத்தி அடுக்குமாடிக் குடியிருப்புக்கு வந்தார், ஆனால் உள்ளே செல்ல முடியவில்லை. கடைசியாக அந்தப் பெண் உள்ளே நுழைவதற்கு ஒரு தொழிலாளி உதவி செய்தபோது, அவர்கள் பிளாத் இறந்து கிடப்பதைக் கண்டார்கள். அப்போது அவருக்கு 30 வயது.

மிகப் பிரபலமான மற்றும் பரவலாகப் படிக்கப்பட்ட கவிஞரான பிளாத்தின் குறிப்பிடத்தக்க சாதனைகள் ஒப்புதல் வாக்குமூலக் கவிதை வகைகளில் வந்தன. இது பெரும்பாலும் அவரது தீவிர உணர்ச்சிகளையும் மனச்சோர்வுடனான வாழ்வின் போரையும் பிரதிபலிக்கிறது. அவரது வாழ்க்கை மிகவும் சிக்கலானதாக இருந்தபோதிலும், அவர் மரணத்திற்குப் பிந்தைய புலிட்சர் பரிசை வென்றார்.

சில்வியா பிளாத் கவிதைகள்

மேலான உயிர்த்தெழுதல்

*எ*ன்னிடம் விவேகமில்லை, சொற்களில்லை, கண்ணீரில்லை
*அ*ளவற்ற எதிர்பார்ப்புகளிலும்
*அ*ச்சங்களிலும் மரத்திருக்கின்றது
என்னுள் கல்லெனக் கிடக்கும் இதயம்
அக்கம் பக்கம் பார்த்தபடி தனித்து வசிக்கிறேன்
சோகம் மிகுந்து மங்கிய விழிகளை உயர்த்துகிறேன்
மலைத்தொடர்கள் எவற்றையும் நான் காணவில்லை
உதிரும் இலை போலிருக்கிறது வாழ்வு
ஓ இயேசுவே, அதை துரிதப்படுத்து

கண்ணாடி

நான் வெள்ளியின் துல்லியமானவள்
எவ்வித முன்புனைவுகளும் அற்றவள்
காண்பதையெல்லாம் உடனுக்குடன் விழுங்குபவள்
காதலின் மூடுபனியோ அன்றி வெறுப்போ இன்றி
கொடூரம் அற்றவளாய், உண்மையானவளாய் மட்டும் இருக்கிறேன்
அந்தச் சிறிய கடவுளின் கண்ணென நான்கு மூலைகளையும் அளந்தபடி
பல நேரங்களில் நான் எதிர் சுவற்றை தியானிக்கிறேன்
அது இளஞ்சிவப்பாய் புள்ளிகள் நிறைந்திருக்கிறது
வெகுநேரம் நான் அதனை நோக்கியபடியே இருந்திருக்கிறேன்
அது என்னிதயத்தின் ஒருபகுதியெனவே கருதுகிறேன்
ஆயினும் அது துடித்தபடியிருக்கிறது
முகங்களும் இருண்மைகளும் நம்மை மறுபடி மறுபடி பிரிக்கின்றன
இப்போது நானோர் ஏரி. ஒரு பெண் எனை நோக்கிக் குனிகிறாள்
தன்னை அறிந்துகொள்ள எனதாழங்களைத் தேடுகிறாள்
பிறகவள் அந்தப் பொய்யர்களையோ, மெழுவர்த்தியையோ
அல்லது நிலவையோ நோக்கித் திரும்புகிறாள்
நான் அவளது பின்புறத்தை நோக்குகிறேன்

அது மிக உண்மையாகப் பிரதிபலிக்கிறது
தனது கண்ணீரையும் கரங்களின் குழப்பத்தையும்
எனக்குப் பரிசாய் அளிக்கிறாள், அவள் போவதும்
வருவதுமாய் இருக்கிறாள்.
எல்லாக் காலைகளிலும் அவளது முகமே இருளை
விலக்குகிறது
என்னில் அவளோர் யுவதியாய் மூழ்கி, முதியவளாய்
என்னிலிருந்து உதித்தெழுந்து அவளது ஒவ்வோர் நாளையும்
சென்றடைகிறாள், திகிலுண்டாக்கும் ஓர் மீனென.

பைத்தியக்காரப்பெண்ணின் காதல் பாடல்

நான் என் கண்களை மூடிக்கொள்கிறேன் உலகமனைத்தும் இறந்து விழுகிறது
நான் என் இமைகளை உயர்த்துகிறேன் அனைத்தும் மீண்டும் உயிர்க்கிறது
(நான் உன்னை என் சிரசுக்குள் உருவாக்கினேன் எனவே நினைக்கிறேன்)

நட்சத்திரங்கள் நீலம் மற்றும் சிவப்பு நிறத்தில் வெளியே சுழல்நடமிட்டுச் செல்கின்றன,
மற்றும் தன்னிச்சையான கறுப்பு நிறம் நாற்கால் பாய்ச்சலாய் உள்நுழைகிறது
நான் என் கண்களை மூடிக்கொள்கிறேன், உலகமே செத்துவிழுகிறது.

நீங்கள் என்னை படுக்கையில் வசீகரித்ததாய் கனவு கண்டேன்
மேலும் என்னை ஓயிலார்ந்த நிலவென கதகதப்பாய் முற்றிய பித்தத்தில் முத்தமிட்டாய்
(நான் உன்னை என் சிரசுக்குள் உருவாக்கினேன் எனவே நினைக்கிறேன்.)

கடவுள் வானத்திலிருந்து தள்ளாடிகீழே விழுகிறார், நரக நெருப்பு மங்குகிறது:
உச்ச கணத்தேவர் மற்றும் சாத்தானின் மனிதர்களை விட்டு வெளியேறு:
நான் என் கண்களை மூடிக்கொள்கிறேன், உலகமே செத்துவிழுகிறது.

நீங்கள் சொன்னபடிக்குத் திரும்பி வருவாயெனக் கற்பனை செய்தேன்.

ஆனால் எனக்கு வயதாகி, உனது பெயரை மறந்து விடுகிறேன்.

(நான் உன்னை என் சிரசுக்குள் உருவாக்கினேன் என்று நினைக்கிறேன்.)

நானோர் மாய இடிப்பறவையை நேசித்திருக்க வேண்டும்;

குறைந்தபட்சம் வசந்தம் வரும்போது அவை மீண்டும் கர்ஜிக்கின்றன.

நான் என் கண்களை மூடிக்கொண்டேன், உலகமே செத்துவிழுந்தது.

(நான் உன்னை என் சிரசுக்குள் உருவாக்கினேன் என்று நினைக்கிறேன்.)

கமலா தாஸ்
Kamala Das

இந்தியாவின் மிக முக்கியமான பெண்கவிஞர்களுள் ஒருவரான கமலா தாஸ் (1934-2009) மாதவி குட்டி என்ற பெயரில் ஒரு கவிஞராக தனது வாழ்வைத் தொடங்கினார். புகழ்பெற்ற இந்திய எழுத்தாளரான இவர் இருமொழிப் புலமையினால் அவரது தாய் மொழியான மலையாளத்திலும் ஆங்கிலத்திலும் எழுதினார். அவர் கவிஞர் மட்டுமல்ல, சிறுகதை, நாவல், கட்டுரை மற்றும் சுயசரிதை போன்ற பல தளங்களில் இயங்கிய பன்முகப் படைப்பாளி.

அவரது சுயசரிதையான மை ஸ்டோரி, மலையாளத்தில் எழுதப்பட்டது, இந்நூல் அவருக்கு புகழ் மற்றும் பெருமை இரண்டையும் பெற்றுத்தந்தது. பின்னர், அது ஆங்கிலத்தில் மொழிபெயர்க்கப்பட்டது. 1960களில் படைப்பாற்றல் திறமையாளர்களுக்கு நல்ல வாய்ப்புகளை வழங்கிய கல்கத்தா நகரத்தில் வாழ்ந்ததை அவர் தனது அதிர்ஷ்டம் என்றே குறிப்பிடுகிறார். வளரும் தலைமுறை இந்திய ஆங்கிலக் கவிஞர்களுடன் சேர்ந்து, தனது படைப்புகளை வெளியிடத் தொடங்கினார்.

மேலும், கமலா ஜெர்மனி, ஜமைக்கா, லண்டன் மற்றும் கனடாவில் நடந்த இலக்கிய நிகழ்வுகளில் கலந்து கொண்டார், அங்கு அவர் தனது கவிதைகளைப் படிக்க அழைக்கப்பட்டார். அவர் கேரள மாநிலத்திலும் ஒரு தேசிய நாளிதழிலும் இலக்கியப் பதவிகளை வகித்தார். 2009 இல், டைம்ஸ் அவரை "நவீன ஆங்கிலக் கவிதைகளின் தாய்" என்று அழைத்தது.

கமலா, 1981இல் ஆங்கிலக் கவிதைக்காக சாகித்திய அகாதமி விருதினை பெற்றார். அவரது பல குறிப்பிடத்தக்க சாதனைகள் 1963இல் 'பென்' ஆசிய கவிதைப்பரிசு (P.E.N Asian Poetry Award)பெற்றதும் மற்றும் 1984 இல் அவர் நோபல் பரிசுக்கு பரிந்துரைக்கப் பட்டதுமாகும். மேலும் அவர் பெண்கள், குழந்தைகள் மற்றும் அரசியல் பற்றிய தனது கருத்துக்களை வெளிப்படுத்தும் ஒரு சிண்டிகேட் கட்டுரையாளர் ஆனார். கமலா தனது வாழ்நாள் முழுவதும் தனது சொந்த விதிமுறைகளின்படி வாழ்ந்தார் என்பது அவரது எழுத்துக்களில் தெளிவாகத் தெரியும்.

அவரது படைப்புகளை ஒப்புதல் கவிதை வகையின் கீழ் வகைப்படுத்தப்படலாம். அவரது ஆங்கிலக் கவிதைகள் அன்னே செக்ஸ்டனுடன் (Anne Sexton) ஒப்பிடப்பட்டு அவரது வாழ்நாளில் அங்கீகாரம் மற்றும் இலக்கிய விருதுகள் இரண்டையும் வென்றது.

அவரது கவிதைகள் இந்தியச் சமூகத்தின் மீது ஒரு விமர்சனக் கண்ணைச் செலுத்துகின்றன, அவை வலுவான ஆணாதிக்கம் மற்றும் ஒரு பெண் தன்னை எப்படி நடத்த வேண்டும் என்பது பற்றிய கருத்துக்களை முன்வைக்கிறது. சுவாரஸ்யமாக, அவரது கவிதைகள் பெண்ணிய ஏக்கங்களால் நிரம்பியிருந்தாலும், அவற்றில் வலுவான ஆன்மீக உணர்வு இயங்குகிறது என்பதை எவரும் மறுக்க இயலாது. இவரது படைப்புகள் பிரெஞ்ச், ஜெர்மன், ரஷ்யன், ஜாப்பனீஸ் போன்ற மொழிகளிலும் அவர் மொழியாக்கம் செய்யப்பட்டுள்ளன.

தனது இலக்கியப் பயணத்தில் கமலா தாஸ் பல்வேறு விருதுகளைப் பெற்றுள்ளார். அவற்றுள் முக்கியமானவை பென் ஏசியன் பொயட்ரி விருது, கேரளா சாகித்ய அகடாமி விருது, சாகித்ய அகாடமி விருது (ஆங்கிலம்), கேரள அரசின் சிறந்த கதைக்கான விருது, வயலார் விருது – (நீர்மதலாம் பூத களம்) எழுதச்சன் விருது மற்றும் முட்டத்து வர்கே விருது ஆகியவையாகும். மேலும் கோழிக்கோடு பல்கலைக்கழகம் அவருக்கு கௌரவ டாக்டர் பட்டம் அளித்துச் சிறப்பித்தது. கமலா தனது 75வது வயதில் மே 1 2003 ஆம் ஆண்டு புனேயில் மறைந்தார். அவர் இந்திய எழுத்தாளர் தலைமுறையின் மிக முக்கியமான அங்கமாக இருந்தார். மேலும் அவரது சிறுகதைகள், கவிதைகள், நினைவுக் குறிப்புகள் மற்றும் கட்டுரைகள் அவருக்கு மிக உயரிய மரியாதையையும் புகழையும் சம அளவில் கொண்டு வந்தன.

கமலா தாஸ் கவிதைகள்

நிலைக்கண்ணாடி

உன்னை விரும்பிட ஒரு ஆணை அடைவது சுலபம்
எனினும், உனது தேவைகளில் மட்டும் நேர்மையாயிரு
ஒரு பெண்ணாக. நிலைக்கண்ணாடியின் முன் நின்றுபார்
அவனுடன்
தன்னை அவன் வலியவனாய் நம்புவதற்கும்,
அவனைவிடவும்
மென்மையான, இளமையான, அழகானவளாய் உன்னை
அறிவதற்கும்.
உனது உவகையின் விம்முதலை ஒப்புக்கொள்.
அவனது ஆணுடலின் நேர்த்தியை கவனி, குளிக்கும் போது
அவன் விழிகள் சிவப்பை, குளியலறைத் தரையில் வெட்கிய
நடையினை, துண்டினை அவிழ்த்தெறிந்து, சற்றே
நடுக்கமுடன்
அவன் சிறுநீர் கழிப்பதை. அவனை ஆணென்றும்
உனக்கான ஒரே ஆணென்றும் விவரிக்கும் உனக்கு
விருப்பமான
எல்லா நுணுக்கங்களையும். எல்லாவற்றையும் அவனுக்கு
வழங்கு.

எது உன்னைப் பெண்மையாக்குகிறதோ அதனை பரிசாய்க் கொடு அவனுக்கு.

உன் நீண்ட கூந்தலின் வாசனையை, முலைகளிடையே துளிர்க்கும்

வியர்வையின் கஸ்தூரி மணத்தை, தூமையின் அதிர்வூட்டும் இளஞ்சூட்டை,

இன்னும் உனது முடிவற்ற பெண்மையின் மிகுபசியை. ஓ, ஆமாம்,

உன்னை விரும்பிட ஒரு ஆணை அடைவது சுலபம், ஆனால், பின்பு

அவனின்றி வாழ்தலையும் சந்திக்கும் துணிச்சலும் வேண்டும்.

நீ பல இடங்களுக்குச் செல்லும் போதும்,
அறிமுகமற்றோரைச்

சந்திக்கும் போதும், தீராத தேடலை அவர்களில் முடித்து வைக்கும்

உனது கண்களோடும், அவனது கடைசிக் குரல்

உனது பெயர் சொல்லியழைத்ததை மட்டும்

கேட்ட செவிகளோடும், அவனது ஸ்பரிஸத்தின் கீழே

மெருகூட்டிய பித்தளையென ஒளிர்ந்து

தற்போது பழுப்பேறிய் அநாதரவான உடலோடும்.

கற்காலம்

பிரியத்திற்குரிய கணவனே, மனதில் குடியேறிய புராதனனே
உன்மத்தமாகி வலை பின்னும் தடித்த வயோதிகச் சிலந்தியே,
அன்பாய் இரு. என்னை ஒரு சிலைப்பறவையாக்கி விட்டாய்,
ஒரு கரும்பளிங்குப் புறா,
என்னைச்சுற்றியோர் அசுத்த அறை கட்டி வைத்து
அம்மைத் தழும்பேறிய எனது முகத்தை வாசித்துக்கொண்டே
ஞாபக மறதியாய்த் தட்டிக்கொடுக்கிறாய். உரத்த குரலில்
எனது அதிகாலைத் துயிலை நசியச் செய்கிறாய்.
கனாக் கண்ணில் உன் விரலைத் திணிக்கிறாய். இருப்பினும்
பகற்கனாவில் திரண்ட ஆண்கள்
தமது நிழல்களைப் பதித்து மூழ்கினார்கள்
எனது திராவிட ரத்தத்தில் வெள்ளைச் சூரியனாய்
புனித நகரங்களின் கீழ் வடிகால்கள் ரகசியமாய் ஓடுகின்றன
நீ சென்றபின், நான் எனது தேய்ந்து போன நீல ஊர்தியை
ஓட்டிச் செல்வேன் ஆழ்நீலக் கடலை ஒட்டி. நாற்பது
எட்டுகளை தடதடத்து ஓடிக் கடக்கிறேன் வேறொரு கதவைத்
தட்டுவதற்கு. சாவித்துவாரங்கள் வழியே
அண்டைவீட்டார் கவனிக்கிறார்கள் நான் வருவதையும்,
மழைபோல் போவதையும். என்னைக் கேளுங்கள்,

எல்லோரும் கேளுங்கள் என்னை. என்னில் அவன் பார்த்தது என்னவென்று. என்னைக் கேளுங்கள், அவனைச் சிங்கமென்று அழைப்பதேனென

சுதந்திரன் அவனின் கரம் என் யோனி அணையும் முன் பாம்பின் படமென நெளிவதேனென என்னைக் கேளுங்கள். வெட்டப்பட்ட பெருமரமாய் என் முலைகளின் மேல் சாய்ந்து உறங்குகிறான். வாழ்வு ஏன் குறுகியதென்றும் காதலேன் அதனினும் குறுகியதென்றும் என்னைக் கேளுங்கள். மோட்சமெதுவென்றும் அதன் விலையென்னவென்றும் என்னைக் கேளுங்கள்.

மாயா ஏஞ்சலோ
Maya Angelou

கறுப்பினப் பெண்ணியத்தின் அடையாளமாகத் திகழும் மாயா ஏஞ்சலோவின் முழுப்பெயர் மார்குரைட் ஆனி சான்சன் (Marguerite Annie Johnson). இனவெறிக்கு எதிராகத் தனது வாழ்நாள் முழுக்கப் போராடிய இவர் ஒரு அமெரிக்கப் பெண் எழுத்தாளர். கவிஞர், நடிகை, நர்த்தகி, பாடகி, நாடகாசிரியர், பாடலாசிரியர், நாடகத்தயாரிப்பாளர், திரைப்படத்தயாரிப்பாளர், இயக்குனர், குடிமை உரிமைப் போராளி எனப் பன்முகம் கொண்டவராகத் திகழ்ந்தார். ஆறு மொழிகளில் தேர்ச்சியுள்ள மாயா ஏஞ்சலோ திரைத்துறையிலும் பணியாற்றியவர்.

உலகம் முழுவதிலுமுள்ள முப்பதிற்கும் அதிகமான பல்கலைக்கழகங்கள் இவருக்கு கௌரவப் பட்டங்களை வழங்கி கௌரவித்திருக்கின்றன.

மிகச்சிறியவயதிலேயே, பாலியல் பலாத்காரத்திற்கு உள்ளான இவரின் உணர்வுகள் ஆழ்ந்த வலிக்குள்ளாயின. தனது 17ம் வயதில் தனது ஆறாக்காயங்களின் வடுக்களை எழுதத் தொடங்கி 'I Know Why the Caged Bird Sings' எனும் நூலை வெளியிட்டார்.

பத்து சுயசரிதை நூல்களை எழுதிய பெருமைக்குரிய மாயா எஞ்சலோ பல்வேறு விருதுகளை வாங்கிக் குவித்தவர். கறுப்பினப்பெண்களின் வலிகளையும் வேதனைகளையும் தனது

நூல்களில் மிகத்துல்லியமாக உணர்ச்சி ததும்ப வெளிப் படுத்தியுள்ளார்.

மாய ஏஞ்சலோ 50க்கும் மேற்பட்ட கௌரவப் பட்டங்கள் வாங்கிய பெருமைக்குரியவர். உலகின் தலைசிறந்த பல்கலைக் கழகங்கள், இலக்கிய அமைப்புகள், அரசு நிறுவனங்கள் மற்றும் சிறப்பு ஆர்வமுள்ள குழுக்களால் கௌரவிக்கப்பட்டவர். ஜஸ்ட் கிவ் மீ எ கூல் டிரிங்க் ஆஃப் வாட்டர் ஃபோர் ஐ டையி என்ற கவிதை புத்தகத்திற்காக புலிட்சர் பரிசு பரிந்துரை, 1973 ஆம் ஆண்டு லுக் அவே நாடகத்தில் அவரது பாத்திரத்திற்காக டோனி விருது பரிந்துரை மற்றும் மூன்று கிராமி விருதுகள் ஆகியவை அவரது முக்கியமான கௌரவங்களில் அடங்கும்.

1975இல் ஜெரால்ட் ஃபோர்டிற்காகவும், 1977இல் ஜிம்மி கார்டார்ருக்காகவும் இரண்டு ஜனாதிபதிக் குழுக்களில் பணியாற்றினார். 1975 இல் ஜெரால்ட் ஃபோர்டிற்காகவும் , 1977 இல் ஜிம்மி கார்ட்டருக் காகவும். 2000 ஆம் ஆண்டில், ஜனாதிபதி பில் கிளிண்டனால் அவருக்கு தேசிய கலைப் பதக்கம் வழங்கப்பட்டது. 2010ஆம் ஆண்டில், ஜனாதிபதி பராக் ஒபாமாவினால் அமெரிக்காவின் உயரிய குடிமகன் கௌரவமான, சுதந்திரத்திற்கான ஜனாதிபதி பதக்கம் அவருக்கு வழங்கப்பட்டது. முப்பதுக்கும் மேற்பட்ட சுகாதாரப் பாதுகாப்பு மற்றும் மருத்துவ வசதிகள் ஏஞ்சலோவின் பெயரால் பெயரிடப் பட்டுள்ளன.

முப்பதிற்கும் மேற்பட்ட நூல்களை எழுதிய மாயா ஏஞ்சலோ, இதய நோயின் காரணமாய் 2014ம் ஆண்டில் தனது 86ம் வயதில் இயற்கை எய்தினார்.

மாயா ஏஞ்சலோ கவிதைகள்

**கூண்டுப்பறவை பாடுவதேனென
எனக்குத் தெரியும்.**

காற்றின் மீதேறி
ஓர் சுதந்திரப்பறவை துள்ளிப் பாய்ந்து
நதியோட்டத்தின் எல்லை வரை மிதந்து
தன் சிறகுகளைச் சூரியனின்
ஆரஞ்சுக் கிரணங்களில் தோய்த்து
துணிச்சலுடன் வானத்தை உரிமை கொள்ளும்

ஆனால் தன் குறுகிய கூண்டுக்குள்
சிறுகால் கொண்டலையும் பறவை
எப்போதேனும் மட்டுமே வெளியுலகைக் காணும்
தனது கோபமூட்டும் கூண்டுக்கம்பிகளின் இடையூடி

சிறகுகள் வெட்டப்பட்டும்
சின்னஞ்சிறு கால்கள் கட்டப்பட்டும் இருக்கும் அது த
தனது வாயை திறக்கிறது இசைப்பதற்கு

கூண்டுப்பறவை பயத்தில் தோய்ந்து பாடுகிறது
அறிமுகமற்ற பொருட்களைப் பற்றி
ஆயினும் ஏக்கத்துடனான அதன் குரல்
தூரத்து மலைகளில் கேட்கிறது
மற்றுமோர் சுதந்திரப் பாடலைப் பாடும்
கூண்டுப்பறவைக்கென
சுதந்திரப் பறவை, வேறோர் தென்றலை நினைத்திருக்கும்
சலித்த பெருமூச்சுடனிருக்கும் மரங்களின் வழியே

பருவக்காற்று மிதமாய் வீசும்
விடியலின் வெளிச்சத்தில் மின்னும் புல்தரையில்
காத்திருக்கும் கொழுத்த புழுக்கள்,
வானம் தனதென்று பெயரிட்டழைக்கும்.

ஆனால் ஓர் கூண்டுப்பறவை
தனது கனவுகளின் சமாதி மீதேறி நிற்கிறது
அதன் நிழல்கள் கிறீச்சிட்டு
அச்சுறுத்தும் இரவுகளைக் கூச்சலிடுகிறது

சிறகுகள் வெட்டப்பட்டும்
சின்னஞ்சிறு கால்கள் கட்டப்பட்டும் இருக்கும் அது
அது தனது வாயை திறக்கிறது இசைப்பதற்கு
பயத்தில் தோய்ந்து பாடுகிறது கூண்டுப்பறவை
அறிமுகமற்ற பொருட்களைப் பற்றி
ஆயினும் ஏக்கத்துடனான அதன் குரல்
தூரத்து மலைகளில் கேட்கிறது
மற்றுமோர் சுதந்திரப் பாடலைப் பாடும்
கூண்டுப்பறவைக்கென

ஆண்கள்

நான் சிறுமியாயிருரந்தபோது,
திரைகளுக்குப் பின்னால் ஒளிந்திருந்து பார்ப்பேன்
மனிதர்கள் தெருவில் ஏறி இறங்கும். ஆண்கள்,
வயதானவர்கள்.
கடுகு போன்ற கூர்மையான இளைஞர்கள்.
அவர்களை பார்ப்பேன். ஆண்கள் எப்போதும்
எங்கேயோ போய்க்கொண்டிருக்கிறார்கள்.
அவர்களுக்குத் தெரியும். நான் அங்கே இருப்பது பதினைந்து
வயதில் மற்றும் அவர்களுக்காக பட்டினிகிடப்பது.
என் சாளரத்தின் கீழ், அவர்கள் சற்று நின்று செல்வார்கள்,
ஒரு இளம் பெண்ணின் முலைகளென அவர்களது உயர்ந்த
தோள்கள்
மேலங்கிகள் வால் போன்று மேலும் கீழும் அசைய
அவற்றின் பின்னால் ஆண்கள்.

ஒரு நாள் அவர்கள் உங்களை அணைத்து உள்ளங்கைகளில்
வைத்துக் கொள்வார்கள்
மிக மென்மையாக, நீங்கள் உலகின் கடைசிப் பச்சை
முட்டையென. பிறகு
அவர்கள் இறுக்குவார்கள். கொஞ்சம்.
முதல் அழுத்தம் சுகமாக இருக்கும். ஒரு விரைவான
அணைப்பு.
உங்களின் பாதுகாப்பற்ற தன்மையில் மென்மையாக.
கொஞ்சம்
பிறகு மேலும்.. வலிக்கத் தொடங்கும். பற்றித் திருகும் போது
பயத்தைச் சுற்றி வளைக்கும் புன்னகை. காற்று மறையும்
கணம்

உங்கள் மனம், கடுமையாக வெடிக்கும், சுருக்கமாக,
சமையலறைத் தீக்குச்சியின் தலையைப் போல.
தூள்தூளாகும்.
அது உனது சாறு
அவர்களின் கால்களுக்கு கீழே ஓடுகிறது. அவர்களின்
காலணிகளை கறைபடுத்தி
பூமி மீண்டும் தன்னை உரிமை கொண்டாடும் போதும்
மற்றும் சுவை நாவுக்குத் திரும்ப முயற்சிக்கும் போதும்
உங்கள் உடல் இறுக்கமாக கொள்ளும். சதாகாலமும்.
சாவிகள் ஏதுமின்றி
பின்னர் சாளரம் முழுவதுமாக வளைத்துக்கொள்ளும்
உங்கள் மனத்தை. அங்கே, சற்று அப்பால்
திரைச்சீலைகளின் அசைவு, ஆண்கள் நடக்கிறார்கள்.
ஏதோ அறிந்துகொண்டு.
எங்கோ சென்றபடி.
ஆனால் இந்த முறை, நான் வெறுமனே நின்று பார்க்கிறேன்.

ஒருக்கால் இருக்கலாம்

Sylvia Plath

Sylvia Plath (October 27, 1932 – February 11, 1963) was an American poet, novelist, and short story writer. She is credited with advancing the genre of confessional poetry and is best known for two of her published collections, The Colossus and Other Poems (1960) and Ariel (1965), and also The Bell Jar, a semi-autobiographical novel. Plath was awarded a Pulitzer Prize in Poetry in 1982, making her the fourth to receive this honour posthumously.

Sylvia Plath Poems

Click-click: tick-tick
Clock snips time in two
Lap of rain
In the drain pipe
Two o'clock
And never you.

Never you, down the evening,
I cannot
Cry, or even smile
Acidly or bitter-sweetly
For never you and incompletely.

Things surround me;
I could touch
Soap or toothbrush
Desk or chair.

Never mind the three dimensions
All is flat, and you not there.
Letters, paper, stamps
And white. And black.
typewritten-you, and there
It is.

The trickle, liquid trickle
Of rain in drain-pipe
Is voice enough
For me tonight.

And the click-click
Hard quick click-click
Of the clock
Is pain enough,
enough heart-beat n
For me tonight.

The narrow cot,
The iron bed
Is space enough
And warmth enough...
Enough, enough.

To bed and sleep
And tearless creep
The formless seconds
Minutes hours
And never you
The raindrops weep
And never you
And tick-tick,
tick-tick
pass the hours.

Loneliness of the Soul

(Extracts from : The Unabridged Journals of Sylvia Plath)

Here I am, a bundle of past recollections and future dreams, knotted up in a reasonably attractive bundle of flesh. I remember what this flesh has gone through; I dream of what it may go through. I record here the actions of optical nerves, of taste buds, of sensory perception. And, I think: I am but one more drop in the great sea of matter, defined, with the ability to realize my existence. Of the millions, I, too, was potentially everything at birth. I, too, was stunted, narrowed, warped, by my environment, my outcroppings of heredity. I, too, will find a set of beliefs, of standards to live by, yet the very satisfaction of finding them will be marred by the fact that I have reached the ultimate in shallow, two-dimensional living - a set of values.

This loneliness will blur and diminish, no doubt, when tomorrow I plunge again into classes, into the necessity of studying for exams. But now, that false purpose is lifted and I am spinning in a temporary vacuum. At home I rested and played, here, where I work, the routine is momentarily suspended and I am lost. There is no living being on earth at this moment except myself. I could walk down the halls, and empty rooms would yawn mockingly at me from every side. God, but life is loneliness, despite all the opiates, despite the shrill tinsel gaiety of "parties" with no purpose, despite the false grinning faces we all wear. And when at last you find someone to whom you feel you can pour out your soul, you stop in shock at the words you utter - they are so rusty, so ugly, so meaningless and feeble from being kept in the small cramped dark inside you so long. Yes, there is joy, fulfillment and companionship - but the loneliness of the soul in it's appalling self-consciousness, is horrible and overpowering."

Jilted

"My thoughts are crabbed and sallow,
My tears like vinegar,
Or the bitter blinking yellow
Of an acetic star.
Tonight the caustic wind, love
Gossips late and soon,
And I wear the wry-faced pucker of
The sour lemon moon.
While like an early summer plum,
Puny, green, and tart,
Droops upon its wizened stem
My lean, unripened heart."

Wisława Szymborska

Maria Wisława Anna Szymborska 2 July 1923 – 1 February 2012) was a Polish poet, essayist, translator, and recipient of the 1996 Nobel Prize in Literature.

Wisława Szymborska Poems

Consolation

Darwin.
They say he read novels to relax,
But only certain kinds:
nothing that ended unhappily.
If anything like that turned up,
enraged, he flung the book into the fire.

True or not,
I'm ready to believe it.

Scanning in his mind so many times and places,
he'd had enough of dying species,
the triumphs of the strong over the weak,
the endless struggles to survive,
all doomed sooner or later.
He'd earned the right to happy endings,
at least in fiction
with its diminutions.

Hence the indispensable
silver lining,
the lovers reunited, the families reconciled,
the doubts dispelled, fidelity rewarded,
fortunes regained, treasures uncovered,
stiff-necked neighbors mending their ways,

good names restored, greed daunted,

old maids married off to worthy parsons,

troublemakers banished to other hemispheres,

forgers of documents tossed down the stairs,

seducers scurrying to the altar,

orphans sheltered, widows comforted,

pride humbled, wounds healed over,

prodigal sons summoned home,

cups of sorrow thrown into the ocean,

hankies drenched with tears of reconciliation,

general merriment and celebration,

and the dog Fido,

gone astray in the first chapter,

turns up barking gladly

in the last.

Gwendolyn Brooks

Gwendolyn Elizabeth Brooks was an American poet, author, and teacher. Her work often dealt with the personal celebrations and struggles of ordinary people in her community. She won the Pulitzer Prize for Poetry in the year 1950.

Gwendolyn Brooks Poems

An Aspect of Love, Alive in the Ice and Fire

In a package of minutes there is this We.
How beautiful.
Merry foreigners in our morning,
we laugh, we touch each other,
are responsible props and posts.

A physical light is in the room.

Because the world is at the window
we cannot wonder very long.

You rise. Although
genial, you are in yourself again.
I observe
your direct and respectable stride.
You are direct and self-accepting as a lion
in Afrikan velvet. You are level, lean,
remote.

There is a moment in Camaraderie
when interruption is not to be understood.
I cannot bear an interruption.
This is the shining joy;
the time of not-to-end.

On the street we smile.
We go
in different directions
down the imperturbable street.
*

My Dreams, My Works,
Must Wait Till After Hell

I hold my honey and I store my bread
In little jars and cabinets of my will.
I label clearly, and each latch and lid
I bid, be firm till I return from hell.
I am very hungry. I am incomplete.
And none can tell when I may dine again.
No man can give me any word but Wait,
The puny light. I keep eyes pointed in;
Hoping that, when the devil days of my hurt
Drag out to their last dregs and I resume
On such legs as are left me, in such heart
As I can manage, remember to go home,
My taste will not have turned insensitive
To honey and bread old purity could love.

Maya Angelou

Maya Angelou was an American memoirist, poet, and civil rights activist. She published seven autobiographies, three books of essays, several books of poetry, and is credited with a list of plays, movies, and television shows spanning over 50 years. She received dozens of awards and more than 50 honorary degrees.

Maya Angelou Poems

CAGED BIRD

A free bird leaps
on the back of the wind
and floats downstream
till the current ends
and dips his wing
in the orange sun rays
and dares to claim the sky.

But a bird that stalks
down his narrow cage
can seldom see through
his bars of rage
his wings are clipped and
his feet are tied
so he opens his throat to sing.

The caged bird sings
with a fearful trill
of things unknown
but longed for still
and his tune is heard
on the distant hill
for the caged bird
sings of freedom.

The free bird thinks of another breeze
and the trade winds soft through the sighing trees
and the fat worms waiting on a dawn bright lawn
and he names the sky his own.

But a caged bird stands on the grave of dreams
his shadow shouts on a nightmare scream
his wings are clipped and his feet are tied
so he opens his throat to sing.

The caged bird sings
with a fearful trill
of things unknown
but longed for still
and his tune is heard
on the distant hill
for the caged bird
sings of freedom.

Emily Dickinson

Emily Elizabeth Dickinson was an American poet. Little-known during her life, she has since been regarded as one of the most important figures in American poetry.

Emily Dickinson Poems

Come slowly – Eden

Come slowly – Eden!
Lips unused to Thee –
Bashful – sip thy Jessamines –
As the fainting Bee –

Reaching late his flower,
Round her chamber hums –
Counts his nectars –
Enters – and is lost in Balms.
*

Because I could not stop for Death

Because I could not stop for Death –
He kindly stopped for me –
The Carriage held but just Ourselves –
And Immortality.

We slowly drove – He knew no haste
And I had put away
My labor and my leisure too,
For His Civility –

We passed the School, where Children strove
At Recess – in the Ring –
We passed the Fields of Gazing Grain –
We passed the Setting Sun –

Or rather – He passed Us –
The Dews drew quivering and Chill –
For only Gossamer, my Gown –
My Tippet – only Tulle –

We paused before a House that seemed
A Swelling of the Ground –
The Roof was scarcely visible –
The Cornice – in the Ground –

Since then – 'tis Centuries – and yet
Feels shorter than the Day
I first surmised the Horses' Heads
Were toward Eternity –

Adrienne Rich

Adrienne Cecile Rich May 16, 1929 – March 27, 2012) was an American poet, essayist and feminist. She was called "one of the most widely read and influential poets of the second half of the 20th century.

Adrienne Rich Poems

Twenty-One Love Poems [Poem II]

I wake up in your bed. I know I have been dreaming.
Much earlier, the alarm broke us from each other,
you've been at your desk for hours. I know what I dreamed:
our friend the poet comes into my room
where I've been writing for days,
drafts, carbons, poems are scattered everywhere,
and I want to show her one poem
which is the poem of my life. But I hesitate,
and wake. You've kissed my hair
to wake me. I dreamed you were a poem,
I say, a poem I wanted to show someone . . .
and I laugh and fall dreaming again
of the desire to show you to everyone I love,
to move openly together
in the pull of gravity, which is not simple,
which carries the feathered grass a long way down the upbreathing air.

Twenty-One Love Poems
(The Floating Poem, Unnumbered)

Whatever happens with us, your body
will haunt mine—tender, delicate
your lovemaking, like the half-curled frond
of the fiddlehead fern in forests
just washed by sun. Your traveled, generous thighs
between which my whole face has come and come—
the innocence and wisdom of the place my tongue has found there—
the live, insatiate dance of your nipples in my mouth—
your touch on me, firm, protective, searching
me out, your strong tongue and slender fingers
reaching where I had been waiting years for you
in my rose-wet cave—whatever happens, this is.

Carol Ann Duffy

Dame Carol Ann Duffy is a Scottish poet and playwright. She is a professor of contemporary poetry at Manchester Metropolitan University. She was awarded Fellow of the Royal Society of Literature and also the United Kingdom's poet laureate, the first woman to be appointed the position in 400 years.

Carol Ann Duffy Poems

Not A Red Rose Or A Satin Heart

I give you an onion.
It is a moon wrapped in brown paper.
It promises light
like the careful undressing of love.

Here.
It will blind you with tears
like a lover.
It will make your reflection
a wobbling photo of grief.

I am trying to be truthful.

Not a cute card or a kissogram.

I give you an onion.
Its fierce kiss will stay on your lips,
possessive and faithful
as we are,
for as long as we are.

Take it.
Its platinum loops shrink to a wedding-ring,
if you like.

Lethal.
Its scent will cling to your fingers,
cling to your knife.

Words, Wide Night

Somewhere on the other side of this wide night
and the distance between us, I am thinking of you.
The room is turning slowly away from the moon.

This is pleasurable. Or shall I cross that out and say
it is sad? In one of the tenses I singing
an impossible song of desire that you cannot hear.

La lala la. See?
I close my eyes and imagine the dark hills I would have to cross
to reach you. For I am in love with you

and this is what it is like or what it is like in words.

Rupi Kaur

Rupi Kaur is a Canadian poet, illustrator, photographer, and author. Born in Punjab, India, she immigrated to Canada at a young age with her family. Her poetry collection Milk and Honey has sold over 2.5 million copies in 25 languages, spending 77 weeks on the New York Times Best-Seller List.

Rupi Kaur Poems

I Am Water

Soft enough
to offer life
Tough enough
to drown it away

I Sit On A Chair That Isn't Mine

I sit on a chair that isn't mine
And I feel it
I know that I am a guest
In someone else's home
So I don't complain
When they tell me
It is not yours
You do not belong

Most Importantly Love

most importantly love
like it's the only thing you know how
at the end of the day all this
means nothing
this page
where you're sitting
your degree
your job
the money
nothing even matters
except love and human connection
who you loved
and how deeply you loved them
how you touched the people around you
and how much you gave them

CONCEPTUALISTS
An exhibition of Painting,Sculpture,Ceramics and Photography
in celebration of
International Women's Day
March 30 - April 5, 2015

PAINTERS
C.Anupriya
Anuradha
Cynthia Prabhakar
Gayathry.D
Kalpana Yuvarraaj
G Latha
Poornima Shivram
Ramya Sadasivam
S.Shanthi
Sharada
Sneha Ambare
G.Sridalaadevi
Swapna Reddy
N.Swarnalatha
Uma Balasubramanian
Vidya Sundar

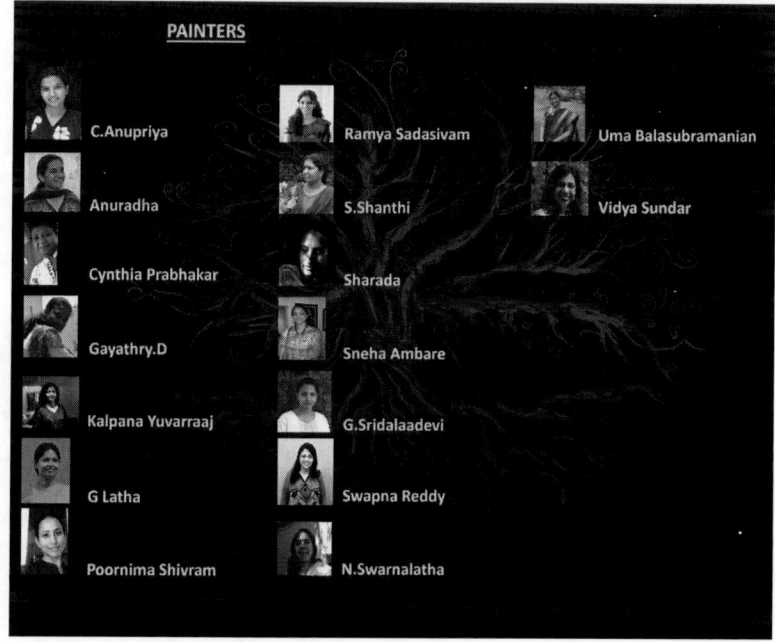

Sculptor, Painters and Photographers
Cailín O'Connor
M.S.Geetha
Kamla Ravikumar
Thara Ganesan
Ceramists
Monica Agnihotri
Supriya Menon Meneghetti
Curated by : Thara Ganesan
Design © Sharada

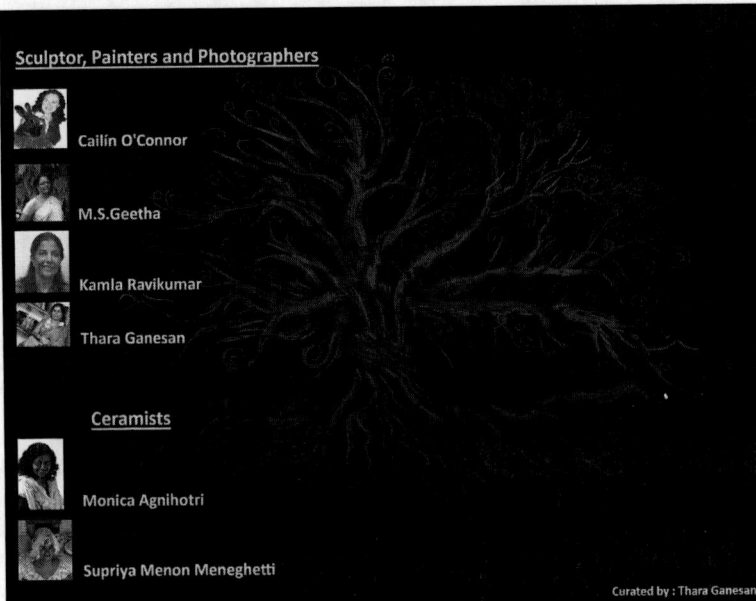

Nature As Metaphor

Dr. Ashrafi S. Bhagat

"My works of art are a form of song, dance and poetry, in response to the force of elements and I equate my body with the Elements to depict my psyche."

- Thara Ganesan

To expressly feel the plasticity of colour in mediation with art is to extend it metonymically with emotional states of being in the artist for exploring the potential of pain and suffering or the symbolic representation of forms of nature through the process and form of painting. Interfacing with the tools of her body as fingers and palm, Thara Ganesan, a Chennai based artist enhances the dominant dimension of feelings; enabling not only a catharsis but establishing an effulgent trajectory of expressive creation and evocative mood. She wears many hats as she is a poetess turned artist with five poetry books to her credit, has an academic background in Literature, Management and History, is a short story writer and a bilingual translator. Besides, she is also the founder editor of a widely read e-magazine www.chikkymukky.com.

Her engagement with two affiliated creative process has opened the trajectory, which allows the easy facility of engaging with the verbal as well as the visual, which is a manifestation of her emotions, feelings, sentiments and the reflection of the cultural milieu within which she is contextualized. In an encounter with her works, the first impression is of raw power and enigma demonstrated through her rough application of paint, exuding visually a feel of rough terrain of distant planets as they pulsate with passionate energy. Enhancing the vitality and vigour, are the chromatic intensity of colours, kaleidoscopic in their range of hues and tonalities. Emotionally it evokes savage and raw spontaneity in the layered construction of the paint as well as the abstract subject.

Meeting Thara conveys an impression of a savvy and sophisticated personality, but her paintings evoke savage feel, which marks her expression as a polarity to her persona. She consciously arbitrates with formal elements to create abstraction as her language for conveying her thoughts, feelings on issues related with society, nature degradation and culture generally. The reasons are not far to fetch. For her, figuration or mimetic reality does not offer challenges finding its imitation monotonous. Axing the representational forms either human or objects, she negotiates with colours and textures, thus making abstraction serve in the sphere of the metaphysical. It does not require the visualization of imagery, rather appropriation of the form of the paints to serve that function. For her visual expression, she engages with the five elements or the panch tatvas that symbolically convey her dominant concerns. Through her verbal and visual expressions, Thara has created a discourse on society, culture and nature with individuals responsible for their varied acts of constructing, destroying and eroding various human values through their selfish and insensitive behavior. The same attitude extends to nature or mother earth worshipped in culture as a nurturer and provider of life's essential elements. She conveys this through elimination of recognizable or objective subject matter in favour of individual symbolic systems and non objective or abstract form. Her form of vocabulary is 'primitivist' intuitively evolved as her form of expression and comunicated through sheer colour or painterly gesture. Her methodology of paint application is through construction of piling up of pigments on the surface and gorging it with severe and harsh physicality. Her energy is thus made evident in the canvases that are a riot of colours and textures, revealing her subconscious, rearing to make violent attacks on society, culture, politics or/and her position as a woman and the subject position within her cultural milieu.

The metonymy of her emotions and feelings elide thus with her method when she constructs and sculpts her form and textures through colours. It is the layering which allows a precipitation of her deeply held emotions and ·feelings which takes shapes intuitively in her pictorial space. Says Thara, "What determines the force of my artistic expressions is the density of emotions and I create my works of art to translate my inner-self through the strange language of colors. I always wanted to travel in the path of non-figurative because abstract fascinates me so much like no other form of art. My abstractionist expressions are a manifestation of my inner energy and poetic psyche which resonates my many moods of turbulence and tranquility'.

Her works are an interface between visual elements and the subconscious and or/forces of nature. For her, it becomes the bleeding- edge of art, meandering with panch tatvas melded through articulation with forms of colors and textures, both cognitively as well as subconsciously. What remains of crucial valence for Thara is not what the painting "represents" but the schema of intuitive responses and juxtapositions of gestural patterns through a holistic approach, which is in convergence of her fundamental concepts connected to her feelings. The constitutive elements' contouring her forms is the engagement of the mind through subconscious energy. And that is what makes her abstraction as powerful force unleashed by the creative mind.

Thara's arrival at abstraction was a process. She has been painting for almost a decade. Though not trained in art pedagogy, intuitively she began with still life and figurative representation exploring through it her skills and manipulation of elements as well as experimenting techniques and mediums. Finding the mimicry of reality a burden, she moved on axing recognizable forms to engage with colour and texture. Thara's abstraction formulate expressions of concerns that she has felt and observed within her cultural milieu forcing her to respond as a creative individual to give it a voice. These are the asymmetries inherent in gender representation, the brutalization of a woman's body through atrocities committed on her, murders, violence and other forms of aggression. Moving beyond the social it is the environment in terms of aggressive quarrying of stones and sand to 'create urban mountains' as she expresses it. She questions the free authority of man in indulging in such degradation by posing the question "All science cannot create a grain of sand so what right do we have to destroy what is part of mother nature"? The inherent forces of nature as experienced in life are translated as cosmic landscapes, a motif that is a ubiquity in her poetry as well as in her painting. This is in the form of a bird's eye view or very intimate observations. Therefore it is easy to sense a gestalt in her patches, dribbles, slashes and impasto application of paint, as a treacherous precipice of mountain edge, the ravaging fury of the hurtling river, the tempestuous anger of the sea in its tsunami waves, the bowels of the earth cracking open in earth quakes or viciously laying open the viscera in violent volcanic eruptions. The fury in nature, Thara matches with her furious working of fingers and hands including the palette knife, loaded with pigments, anticipating the speed of destruction with her energies in relation to nature.

The works are freewheeling and emerge as gestural and organic structures. They appear enigmatic, unpredictable, haphazard and dense, but underpinning her approach are her volatile feelings and emotions. Says the artist, "I merge the emotions with the force of Five Elements, i.e. Earth, Water, Air, Fire and Ether and equate my body with the Elements to depict my psyche." The abstractions of Thara mark the journey of her soul. That is, she leaves the trace of her feelings and emotions traversing the gamut of colour, loaded directly on the canvas.

The rapidity of execution marks the saliency of her working process translating that energy as metaphors of nature, which destroys with rapidity and speed that cannot be matched by the human efforts. In her Tsunami series of 2011, rendered in black and white; exudes the power of destruction. She represents a lone individual attempting to desperately flee from the dangers of swallowing waters; showing the futility of it against the volatile and savage power of nature. Reinforcing the human loss is the evocative dash or dribble or a diagonal blotch of red symbolic of the blood. If the blotch appears in the centre, Thara vociferously is marking the symbolic representation of the woman who as a procreator and nurturer has her body inscribed with marks of violence that society ravages and rages upon her. Thus her psyche resonates through symbolic representation of colours.

Her abstractions are located within a subliminal paradigm which is within the artist and the experiences, signifying layers of concealed emotions which communicate silently to canvases. Those silent words are audible only to the artist that continues to be vibrantly charged as they find a release from her being. Her imagery therefore is tethered to the metaphysical and the cultural reality, scripting the elegiac dance of spatial dynamism. It also contemplates the sensuality and physicality of textures, engaging with it to articulate the sights and sounds of a metropolitan urban culture, from which she responds. Colours are intensely dynamic or contemplative. Abstraction affords Thara the freedom to present her ideas through play with colours, textures and form. It enables her means to a visual expression, the power of which lies in the images that the eye constructs through her gestural strokes. It becomes her salient human expression. It endeavors to delve into the far reaches of the human soul and present it to others.

Good abstract art is never an accident. It is carefully developed and expertly orchestrated.

Chennai, August 2011

Ms. Ashrafi S. Bhagat. M.A., M. Phil., PH.D., is an Associate Professor and the Former Head, Department of Fine Arts, Stella Maris College, [Autonomous] Chennai. She is an Art Historian and an art critic and writes on modern and contemporary art in magazines and journals.

Abstraction indicates a departure from reality in depiction of imagery in art. This departure from accurate representation can be only slight, or it can be partial, or it can be complete. The method of painting is the natural growth out of a need. I want to express my feelings rather than illustrate them. It doesn't matter how the paint is put on, as long as something is said."

- Jackson Pollock

Me & My Art

Emotions are abundant. Musings are ardent. The intricate textures of thoughts are eternally endearing. The mentations, float peacefully in hues of sapphirine or tourmaline or wine. Many other times, thoughts rush through a riot of colours, in a sort of craziness. Whatever be it, to me, Art is ethereal. Each work of art I create is meditation.

Art has no definite form or shape. It is infinite and a process of evolution. To me, Art is a celestial gush, a mystical tunnel, a vibrant ray, a milky way or all in one. It exists to be reinvented by every spirited artist, characterizing itself through the anonymity of emotions. Like poetry, Art is also the spontaneous overflow of powerful feelings: it takes its origin from emotions recollected in tranquility.

Like the stillness of solitude, colours penetrate my mind with the sharpness of an icicle. The mad medley of intense hues slices through the soul like the divine echo of a conch reverberating through glaciers.

What determines the force of my artistic expressions is the density of emotions and I create my work of art to translate my inner-self through the strange language of colors. I always wanted to travel in the path of non- figurative because abstract fascinates me so much like no other form of art. My abstractionist expressions are a manifestation of my inner energy and poetic psyche which resonates my many moods of turbulence and tranquility.

A poetic and artistic mind continues an endless journey through the cosmos and I transform what I envision, earnestly. I merge the emotions with the force of Five Elements, i.e. Earth, Water, Air, Fire and Ether and equate my body with the Elements to portray my psyche. Ultimately, my works of art are a form of song, dance, and poetry, in response to the force of elements.

- Thara Ganesan

கவிதையிலிருந்து ஓவியத்திற்கு...

மனித சிந்தனைக்கு அப்பாற்பட்ட இயற்கையின் இயக்க விதிகளை அறிந்து கொள்ளும் முனைப்பில் கடந்த பன்னிரண்டு ஆண்டுகளாக கவிதையின் தளத்தில் இயங்கிக் கொண்டிருந்தேன். வணிகமயமாகிவிட்ட இன்றைய சூழலிலிருந்து தப்பிக்க என்னை இயற்கையோடு இன்னும் இறுகப்பிணைத்துக் கொண்டபோது, இயற்கையும் அதனோடு இயைந்த வாழ்வும் என்னில் பலநூறு கவிதகளைத் தோற்றுவித்துள்ளன. கலாரீதியான தத்துவார்த்தத் தேடலின் இறுதியில் இலக்கியத்தின் மூலம் வெளிப்படுத்திப் பார்த்த ஆழ்மன உணர்வுகளை வேறோர் விதமாய் வெளிப்படுத்த ஓவியம் துணையானது.

பஞ்ச பூதங்களே எனது ஓவியங்களில் ஆதார ஸ்ருதி. ஆன்மா விழித்துக் கொள்ளும் கணங்களில், வார்த்தைகளும் வண்ணங்களும் ஏதேதோ மாயத்தை அரூபமாய் நிகழ்த்துகின்றன. ஓவியத்தில் பல்வேறு வடிவங்கள் இருப்பினும், உருவமற்ற ஆனால் உருவகப்படுத்தி யூகிக்கக் கூடிய தளமான அரூப ஓவியங்களே (அப்ஸ்ட்ராக்ஷன்) எனக்கு பெரும் சவாலாக அமைந்தன. ஒவ்வோர் முறை ஓவியத்தினை உருவாக்கும் போதும் அந்த சவாலைச் சந்திக்கும் உணர்வின் வீரியத்தை நான் பெரிதும் விரும்புகிறேன். “விசையுறு பந்தினைப் போல் உள்ளம் வேண்டியபடி செல்லும் உடல் கேட்டேன்” எனும் பாரதியின் கூற்றுப்படி, உடலும் மனமும் விசையுடன் வேகமாய்ப் பயணிக்கும் சுதந்திர வெளியே படைப்பின் ஆற்றலுக்கு ஆதாரம். வண்ணங்களில் முழ்கி அவற்றின் கலவைகளின் திறமுணர்ந்து செயல்படும் போது புதியதோர் விசையுடன் எனது

ஆன்மா உலவுகிறது. மேலும், இத்தகு வேகத்தை நான்ᴨஅது படைப்பாக்கத்திற்கான சுயபரீட்சையாக உணர்கிறேன்.

தனித்தனியாய் நீரென்றும் நெருப்பென்றும் ஆரம்ப காலங்களில் தீட்டி மகிழ்ந்தாலும் பிறகு, இவற்றை வேறுபடுத் தலைக் காட்டிலும் குறியீடாக மனோவேகத்தின் மூலம் ஓவியங்களில் வெளிப்படுத்தத் தொடங்கினேன். சிறு துளியாய் வாமன உருக்கோள்ளும் எனது இந்தப் படைப்பின் வேகமும் ஆற்றலும் ஏதோ ஓர் கணத்தில் விஸ்வரூபம் கொள்கையில் விண்ணையும் மண்ணையும் அளந்து, காற்றைக் கிழித்து, கடலைக் குடித்து வெளியில் விசையாய் ஏகி, பின் எல்லாம் கடந்து குடித்து கடந்து நிலை கொள்கையில் நானே அவ்வோவியத்தில் உயர்த்து நிற்கிறேன்.

காலம், தனது நகர்வதறியா நகர்வில் எந்த வரையறைகளுக்கும் உட்படாத வண்ணம் நழுவிப் பல புதிர்களை இயற்கையின் இயக்கமாய்க் காட்டி செல்கிறது. புதைத்து விட்டாலும் உயிர்த்துவிடும் பீனிக்ஸாய் ஜாலங்களை வாரி இறைத்துச் செல்கிறது. அதன் ரகசியங்களை அறிந்தவர் யார்? காலம் என்பதே புதிர்வெளி. அது அவ்வப்போது தன்னை பஞ்சபூதங்களின் இயக்கத்தின் மூலமே நிலை நாட்டிக் கொள்கிரது. காலம் கடந்து சென்றிருக்கும் தூரத்தை நாம் யுகங்களாகக் கணக்கிட மட்டுமே இயலும். ஆனால் யுக யுகங்களுக்கு அப்பாலும் காலத்தைத் தாண்டிப் பயணிக்கும் சக்தி ஆன்மாவுக்கே உண்டு. அந்த ஆன்மா பகலை இரவாகவும், இரவைப் பகலாகவும், பூமியை வெளியாகவும், வெளியே நிலமாகவும், நீரை நெருப்பாகவும் நெருப்பைக் காற்றாகவும் மாற்றுந்திறனுள்ள அதிவேகசாலி.

யுகங்களையெல்லாம் வாயு வேகத்தில் திரிந்தலையும் ஆன்மா படைப்புக்குள் தன்னைக் கரைத்துக் கொண்டு அமைதி காண்கிறது. அதுவோர் மோன நிலை. இறுகிய பனிப்பாறைகள் கரைந்து மெல்ல மெல்லக் குளிர்ச்சியான நதியாகி நகர்வது போன்ற அமைதி நிலை. இந்த ஓவியங்களை நான் ஏன் படைக்கிறேன் என்பதுகூட காலம் மட்டுமே பதில் சொல்லக் கூடிய வினாவாக இருக்கிறது. இது படைப்பின் தர்மமாகிறது. பிரபஞ்சத்தின் ஏதாவது ஒரு மூலையில் இப்படி ஆன்மாவின்

உயிர்ப்பு அதிசியமாய் நிகழ்ந்த வண்ணமே இருக்கிரது. இத்தகைய படைப்பு ஓர் பரவசம்.

ஏன், எதற்கு என்ற கேள்விகளுக்கெல்லாம் அப்பாற்பட்டு நிற்கின்றன எனது படைப்புகள். நான் படைக்கும் ஓவியமோ அல்லது கவிதையோ, எதுவாயினும் அது என் இன்னோர் பிறவி. அதுவே எனது முந்தைய பிறவியின் எச்சமாகவும் இருக்கக்கூடும். காலம் தவறவிட்ட அந்த எச்சம் என்னில் பதிந்து கிடக்கக்கூடும். பிரபஞ்ச வெளியின் ரகசியத்தை எவரும் அறியாதது போலவே எனது படைப்பாக்கத்தின் ரகசியம் நானே அறியாத ஒன்றாக இருக்கிறது. சட்டெனத் திரளும் மழை போல அல்லது கடல் நடுவே உருவாகும் புயல் போல பெருங்காற்றாய் எழுப்பி உருக்கொள்ளும் இந்த ஓவியங்களை நான் காலத்திற்கே சமர்ப்பிக்கிறேன்.

- தாரா கணேசன்

My Celebrities (2) Dry pastel on canvas 30" x 36" 2015

Anuradha.M

Reflection of the hidden   30" x 30"   acrylic on Canvas
C.Anupriya

Cailin o'connor

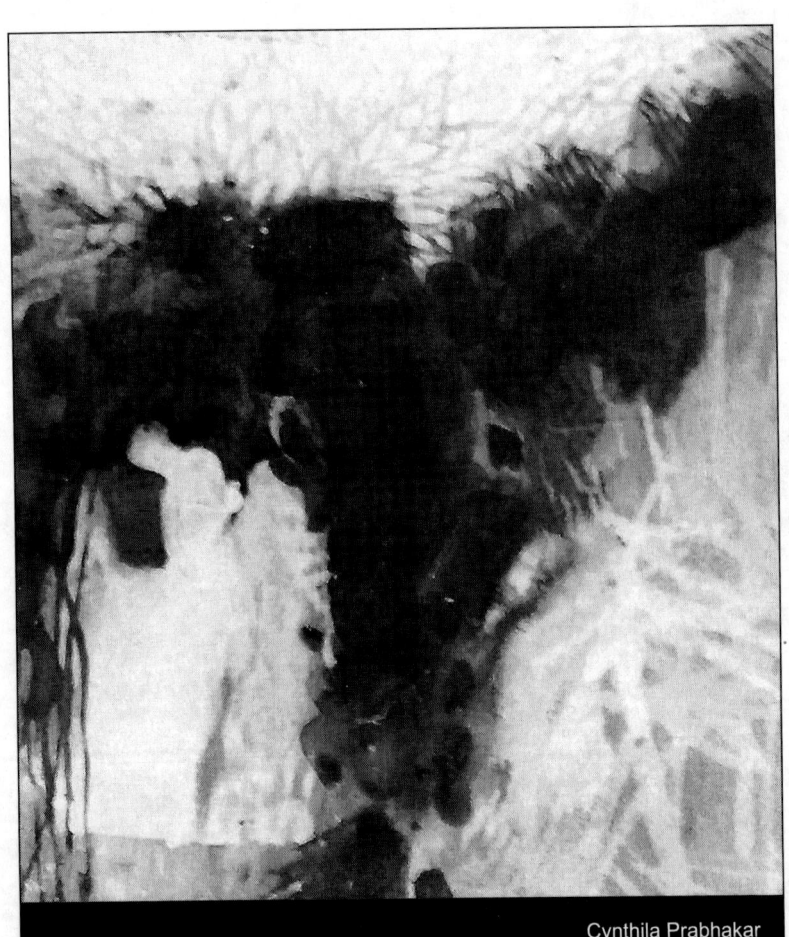
Cynthila Prabhakar

Mother 15" X 15" Charcoal & Dry Pastel on Canvas

G Latha

Maasimagham Festival
Gayathry.D

Sculpture   Ganesha   Welded brass & copper   27" x 24"

M.S.Geetha

THE DIVINE   ACRYLIC ON CANVAS   24" X 24"

Kalpana Yuvarraaj

Dhanur asana   Acrylics on Canvas   3' x 2'   2014

Kamala Ravikumar

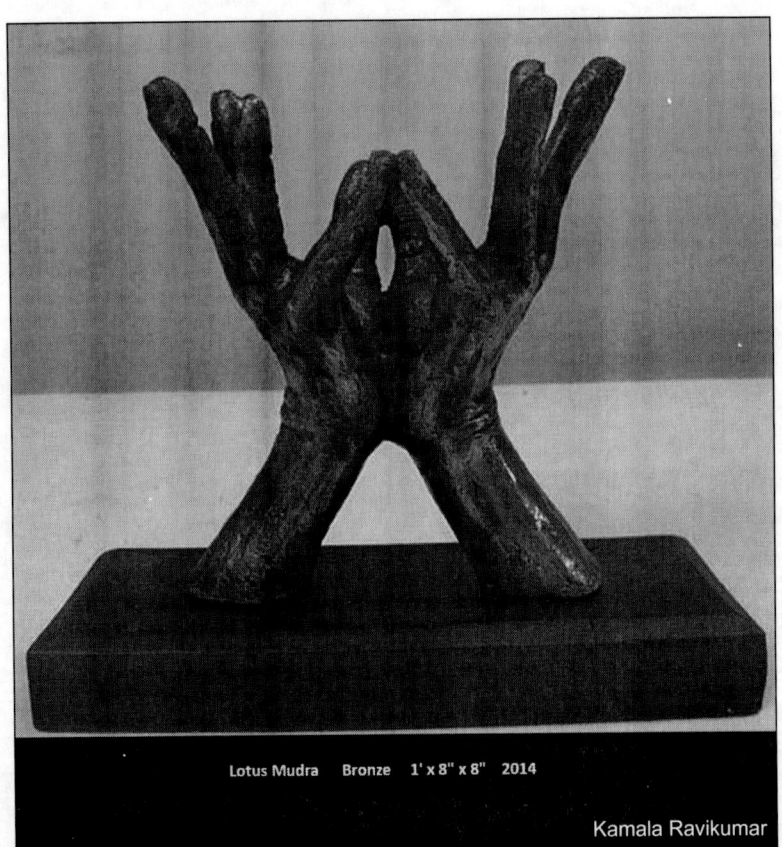

Lotus Mudra   Bronze   1' x 8" x 8"   2014

Kamala Ravikumar

Stoneware Sculpture 10" High

Monica Agnihotri

My Celebrities (1)   Dry pastel on canvas   30" x 36"   2015

Anuradha.M

Reflection of the hidden   30" x 30"   acrylic on Canvas

C. Anupriya

Cailin O'Connor

Cynthia Prabhakar

Sibling   36" X 24"   Acrylic on Canvas

G Latha

Pongal Festival
Gayathry.D

Sculpture   Ganesha   Welded brass & copper   30" x 20"
M.S.Geetha

THE DIVINE   ACRYLIC ON CANVAS   24" X 24"
Kalpana Yuvarraaj

Padma-Tada Asana   Acrylics on Canvas   3 ' x 2.5   2014
Kamala ravikumar

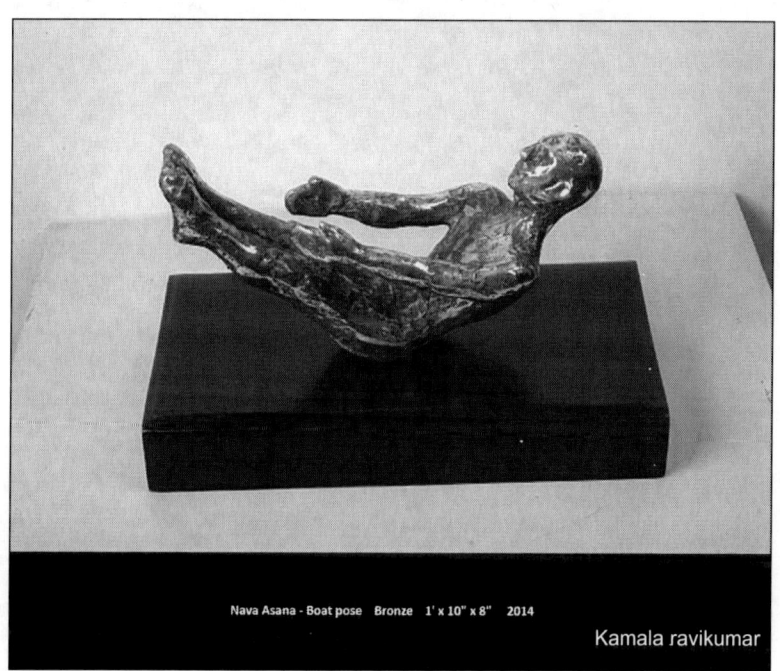

Nava Asana - Boat pose   Bronze   1' x 10" x 8"   2014

Kamala ravikumar

தாரா கணேசன் | 155

Stoneware Sculpture 12" High

Monica Agnihotri

Pen and Ink

Poornima Shivram

Relaxing 20" X 16" Oil on Canvas 2014

Ramya Sadasivam

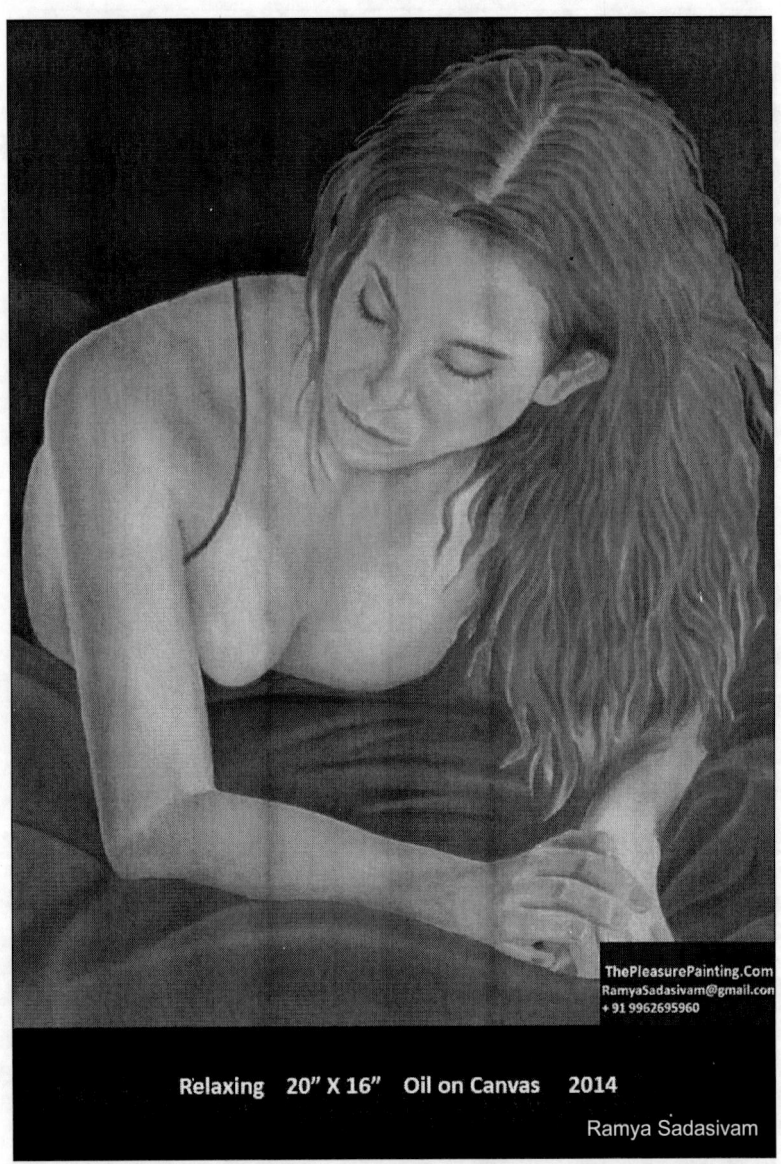

Fresh Energy Oil on Canvas 68 X 55cms 2014

S.Shanythi

Untitled - Figurative, Acrylic on Canvas Board, 30"x24", 2014

Sharada

Admiring the beauty of the Parrot   20" X 25"   Acrylic on Canvas Cloth   2014

Sneha Ambare

G.SRIDALAADEVI
B.36, Thiyagumudaliar Nagar, Mudaliarpet
Pondicherry-605004.
+91-9629976533 , email:sridalaadevi90@gamil.com

Title: Peace
Size:33 x 29 Cms
Medium: Acrylic on Canvas
Price: Rs. 15,000/-

G.Sridalaadevi

Fabric Pod

Supriya Menon Meneghetti

Inner Rhythm: Virgin Land II   17.5" X 12"   Mixed Media

Swapna Reddy

N.Swarnalatha

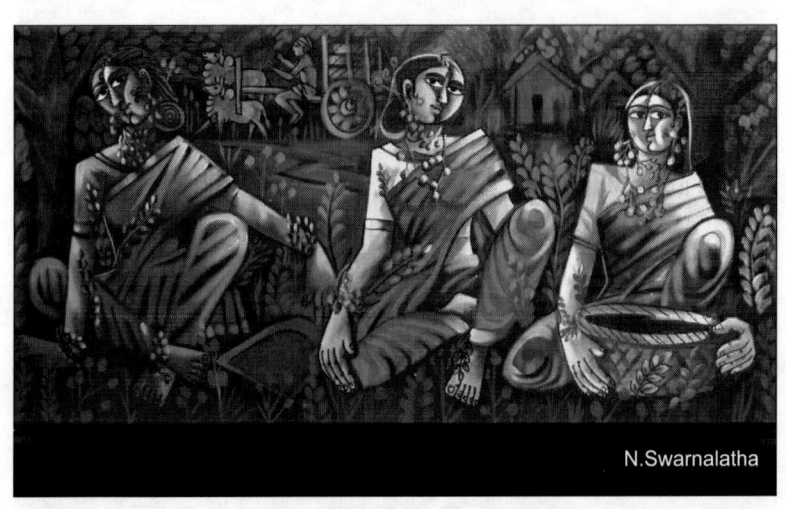

SERENE EARTH   OIL   30" X 30"   Thara Ganesan

Gaia - bronze
Thara Ganesan

Expressions - Terracotta

Thara Ganesan

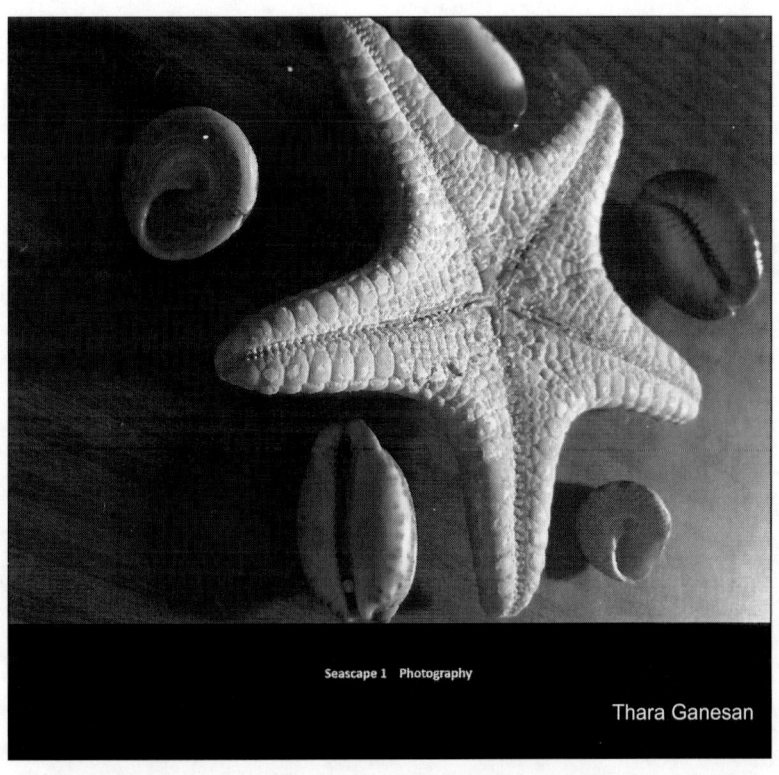

Seascape 1 Photography

Thara Ganesan

Uma Balasubramanian

Silent Songs V   2.5 X 2ft   Acrylic on canvas

Vidya Sundar

தாரா கணேசன்